தக்கையின் மீது நான்கு கண்கள்

தக்கையின் மீது நான்கு கண்கள்
சா. கந்தசாமி (1940 – 2020)

தஞ்சை மாவட்டம் மயிலாடுதுறையில் பிறந்தவர். 25வது வயதில் 'சாயாவனம்' நாவலை எழுதினார். 1969இல் வெளிவந்தது. 150க்கும் மேற்பட்ட சிறுகதைகளையும் 11 நாவல்களையும் எழுதியிருக்கிறார். நுண்கலைகள், ஆவணப் படங்களில் ஆர்வம் கொண்டவர். சுடுமண் சிலைகள் பற்றிய இவரது ஆவணப் படம் சர்வதேச விருது பெற்றது. 'சாயாவனம்', 'சூரிய வம்சம்', 'விசாரணைக் கமிஷன்' ஆகிய நூல்கள் ஆங்கிலத்திலும் பல இந்திய மொழிகளிலும் மொழிபெயர்க்கப்பட்டுள்ளன. 'விசாரணைக் கமிஷன்' நாவலுக்காக 1998இல் சாகித்ய அகாதெமி விருது வழங்கப்பட்டது.

சா. கந்தசாமி

தக்கையின் மீது நான்கு கண்கள்

காலச்சுவடு பதிப்பகம்

அன்பார்ந்த வாசகருக்கு,

வணக்கம்.

காலச்சுவடு நூலை வாங்கியமைக்கு நன்றி.

நூலின் உள்ளடக்கம், உருவாக்கம், அட்டைப்படம் இன்ன பிற அம்சங்கள் பற்றிய உங்கள் கருத்துகளையும் ஆலோசனைகளையும் காலச்சுவடு வரவேற்கிறது. தகவல், எழுத்து, வாக்கியப் பிழைகள் தென்பட்டால் கட்டாயம் தெரிவித்து உதவுங்கள். நூல் தயாரிப்பில் கடும் குறைபாடு இருப்பின் மாற்றுப் பிரதி உங்களுக்குக் கிடைக்கக் காலச்சுவடு ஏற்பாடு செய்யும்.

மின்னஞ்சல்: publisher@kalachuvadu.com

காலச்சுவடு நாகர்கோவில் தலைமையகத்துக்கும் கடிதம் அனுப்பலாம்.

தங்கள்

எஸ்.ஆர். சுந்தரம் (கண்ணன்)

பதிப்பாளர் — நிர்வாக இயக்குநர்

தக்கையின் மீது நான்கு கண்கள் ♦ சிறுகதைகள் ♦ சா. கந்தசாமி ♦ © K. ரோகிணி, K. சரவணன், T. தமிழ்செல்வி, K. முரளிதரன் ♦ முதல் பதிப்பு: ஆகஸ்ட் 1974 ♦ காலச்சுவடு முதல் பதிப்பு: டிசம்பர் 2022 ♦ வெளியீடு: காலச்சுவடு, 669, கே.பி. சாலை, நாகர்கோவில் 629001

காலச்சுவடு பதிப்பக வெளியீடு: 1118

takkaiyin miitu naanku kaNkaL ♦ Short Stories ♦ Sa. Kandasamy ♦ © K. Rohini, K. Saravanan, T. Tamilselvi, K. Muralidharan ♦ Language: Tamil ♦ First Edition: August 1974 ♦ Kalachuvadu First Edition: December 2022 ♦ Size: Demy ♦ Paper: 18.6 kg maplitho ♦ Pages: 104

Published by Kalachuvadu, 669 K.P. Road, Nagercoil 629001, India ♦ Phone: 91-4652-278525 ♦ e-mail: publications@kalachuvadu.com ♦ Printed at Mani Offset, Chennai 600077

ISBN: 978-93-5523-229-8

பொருளடக்கம்

பாய்ச்சல்	9
உயிர்கள்	20
நிழல்	39
பதுங்கும் நாய்கள்	53
பிணைப்பு	61
தக்கையின் மீது நான்கு கண்கள்	78
வாள்	91

'பாய்ச்சல்', 'பதுங்கும் நாய்கள்' ஆகிய கதைகள் 1974இல் முதல் பதிப்பு கண்ட இத்தொகுப்பிற்காக எழுதப்பட்டவை. 'உயிர்கள்' என்னும் கதை இலக்கியச் சங்கத்தின் வெளியீடான 'கோணல்கள்' (ஜனவரி 1968) சிறுகதைத் தொகுப்பில் வெளியானது. இதர நான்கு கதைகளும் *கசடதபற* இதழில் வெளியானவை. அவற்றின் விவரம்: 'நிழல்' (அக்டோபர் 1972, இதழ் 25), 'பிணைப்பு' (டிசம்பர் 1972 – 1973, இதழ் 27 – 28), 'தக்கையின் மீது நான்கு கண்கள்' (அக்டோபர் 1970, இதழ் 1), 'வாள்' (மே 1973, இதழ் 32).

பாய்ச்சல்

தெருமுனையில் ஏதோ சப்தம். ஆளோடித் தூணைப் பிடித்துச் சுற்றிக்கொண்டிருந்த அழகு தலையை நீட்டிப் பார்த்தான். இவனையொத்த சிறுவர்கள் புழுதி பறக்க ஓடிக்கொண்டிருந்தார்கள். என்னவோ நடக்கிறது என்று நினைத்துச் சாலைக்கு வந்தான். தெருவின் முனையில் பெரிய கூட்டம். மேளம் கடகடவென்று இரைந்து கொண்டிருந்தது. ஊருக்கு இவன் புதிதாகையால் என்ன நடக்கிறது என்பதைத் தீர்மானிக்க முடியவில்லை.

சாலையின் ஓரத்தில் கிடந்த உயரமான கருங்கல் மீதேறிப் பார்த்தான். ஒரு சின்னப் பையன் பூவரசு மரத்தில் ஏறி முன்னே சென்றான்.

அழகு கல்லை விட்டுக் கீழே இறங்கி வந்தான்.

'அழகு'

கூட்டத்தைப் பார்த்தபடியே, 'என்னம்மா?' என்று கேட்டான்.

'மேல சட்டெ போட்டுக்காம என்ன வேடிக்க?'

'இல்லம்மா'

அழகு வேகமாக வீட்டிற்குள் சென்றான். கொடியில் கிடந்த சட்டையை அவசர அவசரமாக எடுத்து மாட்டிக்கொண்டே வெளியே வந்தான். பொத்தான்களைப் போட்டபடியே சாலையைப் பார்த்தான். கூட்டம் இன்னும் இன்னுமென்று கூடிக்கொண்டு இருந்தது.

ஓரடி எடுத்து முன்னே வைத்தவன் திரும்பிப் பார்த்தான். அம்மா யாரிடமோ சிரித்துப் பேசிக்கொண்டிருந்தாள். அம்மா கவனிக்கவில்லை என்பது நிச்சயமானதும் இவன் கூட்டத்தை நோக்கி வேகமாக ஓட ஆரம்பித்தான். ஆனால் முடியவில்லை. குறுக்கும் நெடுக்குமாக யார் யாரோ வந்து கொண்டிருந்தார்கள். இடித்தும் மோதியும் சென்று கூட்டத்தில் கலந்தான். கூட்டம் வட்டமாக இருப்பதுபோலத் தோன்றியது. சுவர் வைத்தாற்போலக் கால்கள். என்ன நடக்கிறது என்பது தெரியவில்லை.

நாதசுரமும் மேளமும் ஒன்றாக இழைந்து ஒலித்தன. இவன் குனிந்து பார்த்தான். இரண்டு கால்கள் மின்னல் வெட்டி மறைவது போலத் துள்ளிப் பாய்ந்து சென்றன. அந்தக் கால்கள் மனிதக் கால்களிலிருந்து மாறுபட்டு, பச்சையா நீலமா என்று தீர்மானிக்க முடியாத நிறத்திலிருப்பதை இவன் கண்டான். மீண்டும் அந்தக் கால்கள் வருமென்று குனிந்தபடியே இருந்தான். நேரம் மெல்லச் சென்றது. காலும் முதுகும் இவனுக்கு வலிக்க ஆரம்பித்தன. ஆனால் விசித்திரமான அந்தக் கால்கள் மறுபடியும் தென்படவில்லை.

அழகு நிமிர்ந்து பின்னுக்கு வந்தான். மேளம் தாளக் கட்டோடு ஒலித்தது. சதங்கை குலுங்கியது. இரண்டையும் மீறிய ஒரு சப்தம். இவனுக்குச் செவிப்பறையே கிழிந்து விடும் போல் இருந்தது. நெஞ்சில் கை வைத்துக்கொண்டு மேலே நிமிர்ந்து பார்த்தான்.

ஆள் உயரக் குரங்கு ஒன்று மரத்தின் மேலிருந்து கீழே இறங்குவது தெரிந்தது. தான் கண்டதை இவனால் நம்ப முடியவில்லை. கண்ணுக்குத் தெரிந்தது நிஜமா என்கிற தவிப்பு.

குரங்கை இவன் சின்ன வயசிலிருந்து பார்த்து வருகிறான். இணையாக இரண்டு குரங்குகள் வீட்டுப் பக்கம் வரும். தென்னை மட்டையைப் பற்றிக்கொண்டு இந்த மரத்திலிருந்து அந்த மரத்திற்குத் தாவும்; வீட்டு மேலேறி ஓடு பிரிக்கும். விரட்டினால் சீறும். அதுதான் குரங்கு. இப்போது தான் கண்டது குரங்கல்ல, இது . . .

அனுமார் நினைவு இவனுக்கு வந்தது. இது அனுமார்தான். வாலில் பந்தத்தைக் கட்டிக்கொண்டு பத்துத்தலை ராவணன் லங்கையைக் கொளுத்திய அனுமார்தான். மனத்தில் அனுமாரைக் காணும் ஆவல் பெருக முண்டியடித்துக்கொண்டு கூட்டத்திற்குள் நுழைந்தான். ஒருவன் இவனைப் புறங்கையால் இடித்துத் தள்ளினான். அழகு அதை லட்சியம் பண்ணாமல் உடம்பை இடுக்கில் நுழைத்து முன்னே சென்றான்.

'யாரு நிண்டறது' என்றொருவன் இவன் கையைப் பிடித்து முன்னே விட்டான்.

அழகு சந்தோஷமுற்று – அவனைப் பார்த்துச் சிரித்து அனுமாரைத் தேடினான். அனுமார் மரத்திலிருந்து கீழே குதித்து இரண்டு கால்களையும் ஒன்றாகச் சேர்த்து வைத்துக் கைகளை ஓர் நேர்க்கோட்டில் நீட்டியிருந்தார். நீண்ட வால் புழுதியில் கிடந்தது. கூட்டத்தின் பார்வை அனுமார் மீதிருந்தது.

திறந்திருந்த கண்களை அனுமார் மெல்ல மூடினார். நீட்டியிருந்த கைகளைக் குவித்து வானத்தைப் பார்த்தபடி, 'ராமா' என வணங்கினார். பிற சப்தங்கள் மங்க அனுமார் குரல் மட்டுமே தனியாக ஒலித்தது.

'ராமா, ராமா ...' கூட்டம் அனுமாரோடு சேர்ந்து கோஷித்தது. அனுமார் வலது காலையும் இடது காலையும் மாறி மாறித் தரையில் உதைத்து வேகமாகக் கைகளை வீசி நடக்க ஆரம்பித்தார்.

இவனும் கூட்டத்தோடு பின்னால் நடந்தான்.

கொஞ்ச தூரம் சென்றதும் அனுமார் ஒரு கடையில் தொங்கிய வாழைத்தாரிலிருந்து பழங்களைப் பறித்து எட்டியவர்களுக்கெல்லாம் கொடுத்தார். இவனுக்கும் அதிலொன்று கிடைத்தது. பழத்தைப் பையில் வைத்துக் கொள்வதா என்பதை இவனால் தீர்மானிக்க முடியவில்லை. யோசித்துக் கொண்டிருக்கையில் கூட்டம் வட்டமாக மாறியது. இவன் பின்னால் கொஞ்சம் நகர்ந்து மேளக்காரன் பக்கத்தில் நின்றான்.

அனுமார் வட்டத்தின் மையத்தில் நின்று அப்படியும் இப்படியும் பார்த்தார். ஒருவன் வட்டத்தைப் பெரிதாக்கக் கூட்டத்தைப் பின்னுக்கு நகர்த்தினான். எல்லோரும் மெல்ல மெல்ல அடியெடுத்து வைத்தார்கள். இன்னும் இன்னுமென்று தள்ளினான். அந்த இடமே போதும் என்பது போல அனுமார் தலையசைத்தார். சதங்கை குலுங்க ஓட்டமென்றும் நடையென்றும் இல்லாமல் ஒரு சுற்றுச் சுற்றித் திடீரென்று கைகளைத் தரையில் ஊன்றி எம்பிக் குதித்தார். சதங்கையும் மேளமும் நாதசுரமும் ஒன்றாக இழைந்தன. அனுமார் தாவிக் குதித்துக் குறுக்கும் நெடுக்குமாகப் பாய்ந்து சென்றார், நீண்ட வால் மேலே சுழன்று சரேலென்று தரையில் படர்ந்து புழுதியைக் கிளப்பியது.

சப்தத்தையும் ஆட்டத்தையும் தாங்கிக்கொண்டு இவனால் நிற்க இயலவில்லை. உடம்பே தன் வசமிழந்து போவது போலிருந்தது. கைகளை மார்போடு இறுக அணைத்துக் கொண்டான். தானே அனுமாராக மாறுவது போல இவனுக்குத் தோன்றியது. கால்களைத் தரையில் அழுத்தி ஊன்றி அனுமாரைப் பார்த்தான்.

அனுமார் கீச் கீச் என்று கத்திக்கொண்டே பந்தல் காலைப் பற்றி மேலே சென்றார். வால் இவனை உராசிச் சென்றது. அதைப் பிடிக்கக் கையைத் தூக்கினான். அனுமார் வேகமாக மறு கோடிக்குச் சென்றுவிட்டார். வெட்கத்தோடு கையைத் தொங்கப் போட்டுக்கொண்டு அனுமாரைப் பார்த்தான். அனுமார் வாலைக் கயிறுபோலத் தொங்கவிட்டபடி – குறுக்கு மரத்தில் உட்கார்ந்து கண்களை உருட்டிப் பார்த்துத் தலையை அசைத்தார். அனுமாருக்குக் கோபம் வருகிறது போலும் என எண்ணிக் கொஞ்சம் பின்னுக்கு நகர்ந்து சென்றான்.

அனுமார் சப்தம் ஏதுமில்லாமல் மரத்தின் மேலே ஏறிப் பந்தலில் மறைந்தார். அடுத்து என்ன என்ற ஆவலில் பந்தலையே எல்லோரும் பார்த்துக் கொண்டிருந்தார்கள். சிறிது நேரம் அனுமார் தென்படவில்லை. கூட்டத்தில் கூச்சலும் இரைச்சலும் மிகுந்தன.

திடீரென்று மேளமும் நாதசுரமும் துரித கதியில் ஒலிக்கத் தொடங்கின. எதற்கென்று தெரியாமல் கூட்டம் திகைத்துப் பந்தலை நோக்குகையில் பெருங்குரல் எழுப்பியபடி அனுமார் பந்தல் கால் வழியாகக் கீழே குதித்தார். அனுமார் வாலில் பெரிய தீப்பந்தம். ஜ்வாலை புகைவிட்டுக் கொண்டு எரிந்தது. கூட்டம் தானாகவே பின்னால் நகர்ந்தது.

அனுமார் கால்களைத் தரையில் பதித்து உடம்பை ஒரு குலுக்குக் குலுக்கினார். தீயின் ஜ்வாலை மடிந்து அலை பாய்ந்தது. கைகளைத் தரையில் ஊன்றி அனுமார் கரணமடித்தார். சுருண்ட வால் இவன் பக்கமாக வந்து விழுந்தது. கூட்டம் அச்சத்தோடு கத்தியபடி அலைக்கழிந்தது. அனுமார் பெரிதாகச் சிரித்துக் கொண்டு நின்றார். அனுமார் நின்றதும் கூட்டம் கொஞ்சம் அமைதியுற்றது; முன் நோக்கி நகர்ந்து வந்தது. அனுமார் நேசப்பான்மையோடு சிரித்து வாலை மேலே தூக்கிச் சுற்றினார். தீ வட்டமாகச் சுழன்றது. வேகம் கூடக் கூடக் கூட்டம் இன்னும் முன்னால் நகர்ந்து வந்தது. இவன் நெருங்கி அனுமார் பக்கம் சென்றான்.

தீயின் ஜ்வாலை மெல்ல மெல்லத் தணிந்தது. அனுமார் கூட்டத்தை ஒரு சுற்று சுற்றிவிட்டு வேகமாகப் பாய்ந்து சவுக்கு மரத்தின் மேலே ஏறிச் சென்றார். இவன் பந்தல் எரியப் போகிறதோ என்று பார்த்தான். ஒரு கணம் அனுமார் பார்வையிலிருந்து மறைந்தார். எப்படி மறைந்தார் என்று இவன் யோசிப்பதற்குள் – மரத்தின் வழியாகச் சறுக்கிக்கொண்டு கீழே இறங்கி வந்தார்.

வால் நீளமாகத் துவண்டு பூமியில் கிடந்தது. இவன் அதையே பார்த்துக் கொண்டிருந்தான். அடங்கியிருந்த மேளமும் நாதசுரமும்

சா. கந்தசாமி

மீண்டும் ஒலிக்க ஆரம்பித்தன. அனுமார் ஆடிக்கொண்டே கூட்டத்தைச் சுற்றிச் சுற்றி வந்தார். தலையை ஒரு சொடுக்குச் சொடுக்கி நடுவில் வந்து நின்று பெருங்குரலில் 'ராமா, ராமா' என்று இரு கையாலும் மார்பைக் கிழித்தார். மார்பு கிழிபட கிழிபட நெஞ்சின் நடுவில் ராமன்; அந்தப் பக்கம் சீதை; இந்தப் பக்கம் லட்சுமணன்.

'ராமா, ராமா' – இரைச்சலில் கூட்டம் அமிழ்ந்தது. இவன் கண்களைச் சிமிட்டாமல் அனுமாரையே பார்த்துக் கொண்டிருந்தான்.

'ராமா' என்று அனுமார் எம்பிக் குதித்தார். ராமனும் சீதையும் லட்சுமணனும் பார்வையிலிருந்து மறைந்தார்கள். கைச்சதங்கையும் கால் சதங்கையும் ஒலிக்க அனுமார் நடக்க ஆரம்பித்தார். இவன் அனுமாரை ஒட்டினாற்போலச் சென்றான். நடந்து சென்ற அனுமார் சட்டென்று திரும்பினார். தன்னைப் பிடிக்கத்தான் வருகிறாரோ என்ற பயம் மேலிட அழகு பின்னுக்குப் பின்னுக்கு ஒதுங்கினான்.

அனுமார் ஒரு சின்ன ஆட்டம் ஆடிவிட்டு. நடக்க ஆரம்பித்தார். கீழே புரண்ட வாலை இவனை ஒத்த இரண்டு பேர் தூக்கி வந்தார்கள். இவன் அவர்கள் பக்கமாகச் சென்றான்.

அழகைவிடச் சின்னவனாக இருந்தவன், 'போடா, அப்பால' என்று விரட்டினான்.

இவன் அடுத்தவனைப் பார்த்தான். அவன் இவனைப் பார்த்து மெல்லச் சிரித்தான். அழகு அவன் அருகில் சென்றான். வெகு நேரமாக வால் சுமந்து வருவது அவனுக்குக் கஷ்டமாக இருந்தது போலும். அருகில் அழகு சென்றதும் வாலைக் கொடுத்து விட்டுக் கைகளை நன்றாக உதறியவாறு, 'ஓம் பேரு' என்றான்.

'அழகு'

'கூட வரேல்ல'

இவன் தலையசைத்தான்.

'செத்த வச்சுக்க; வந்துடறேன்'

இவன் கைகள் மொசு மொசுப்பான வாலைத் தடவி விட்டன.

அனுமார் நடையில் வேகம் கூடிற்று. அவருக்கு இணையாக வாலைத் தூக்கிக்கொண்டு இவனால் நடக்க முடியவில்லை. வலது கையிலிருந்து இடது கைக்கும் இடது கையிலிருந்து தோளுக்கும் வாலை ஏற்றி இறக்கிக்கொண்டு அனுமார் கூடவே ஓடினான்.

தக்கையின் மீது நான்கு கண்கள்

வயிறு வலிக்க இனி ஓடமுடியாது என்று இவன் நினைக்கையில் அனுமார் நின்றார். இவன் தோளிலிருந்து வாலை இறக்கிப் போட்டுவிட்டு வெட்கத்தோடு கையை உதறிக்கொண்டான். பார்வை நாலாப் பக்கமும் சென்றது. கூட்டம். ஆண்கள். பெண்கள். சிறுவர்கள். எத்தனை நேரம் அனுமார் ஆடினாலும் கூட்டமும் இருக்குமென்றே இவனுக்குத் தோன்றியது.

அழகு கைகளைப் பின்னுக்குக் கட்டிக்கொண்டு கூட்டாளி பக்கமாகச் சென்று 'ஒம் பேரு' என்றான்.

'ராமு'

'அனுமாரு நல்லா ஆடுதுல்லே'

ராமு பதிலொன்றும் சொல்லாமல் இவனையே பார்த்தபடி இருந்தான்.

அனுமார் சரசரவென்று மின்சாரக் கம்பத்தின் மீதேறிப் பக்கத்தில் நின்றிருந்த பஸ் மீது குதித்தார். கூட்டம் கை தட்டிச் சிரித்தது. அனுமார் தலையை மட்டும் வெளியே நீட்டிச் சீறினார். சீற்றத்தின் உக்கிரத்தில் கூட்டத்திலிருந்த சப்தம் சட்டென ஓய்ந்தது. அமைதியில் அனுமார் தன்னை இழந்தவர்போலக் கரம் கூப்பி, 'கோதண்டராமா' என்று கூச்சலிட்டு பஸ்ஸிலிருந்து கீழே குதித்தார்.

கார் ஒன்று ஹாரன் அடித்துக்கொண்டு வந்தது. ஒருவன் கைகளை நீட்டிக் காரை வழி மறித்தான். அனுமார் எரிச்சலுற்றவர் போல வாலைச் சுருட்டி மேலே வீசி அவனைப் பின்னுக்கு இழுத்தார். கூடியிருந்தவர்களெல்லாம் விசில் அடித்துக் கை தட்டினார்கள். அழகு தரையிலிருந்து எம்பி எம்பிக் குதித்தான். அனுமார் செயல்களிலேயே அது ரொம்பவும் சுவாரசியமாகவும் களிப்பூட்டுவதாகவும் இவனுக்கு இருந்தது.

கார் வேகம் குறைய மெல்ல ஊர்ந்து முன்னே வந்தது. அனுமார் பின்னுக்கு நகர்ந்து சென்றார். காரிலிருந்தவன், பணத்தை எடுத்து அனுமார் பக்கமாக நீட்டினான். அனுமார் மேளக்காரனைப் பார்த்தார். அவன் அவசர அவசரமாக முன்னே வந்து பணத்தை வாங்கி மடியில் கட்டிக்கொண்டான். கார் செல்லக் கூட்டம் சிதற அனுமார் தெற்காக நடக்க ஆரம்பித்தார். இவன் ஓடிப்போய் வாலைத் தூக்கித் தோளில் வைத்துக்கொண்டான்.

அனுமார் ஒரு தெரு முழுவதும் ஆட்டம் ஏதும் இல்லாமல் நடந்தார். அவர் சோர்ந்திருப்பது போல இவனுக்குத் தோன்றியது. அனுமாருக்குக்கூடக் களைப்பு வருமா என்று தன்னையே கேட்டுக் கொண்டான்.

ஆட்டமில்லாமல் அனுமார் நடக்க நடக்கத் தொடர்ந்து வந்த கூட்டமும் கொஞ்சம் கொஞ்சமாகக் குறைந்தது. கூட வருகிறவர்களை இப்போது எண்ணிவிடலாம் போல இவனுக்கு இருந்தது. நடந்து சென்ற அனுமார் நின்றார். இவன் வாலை விடலாமா என்று ராமு பக்கம் திரும்பினான். அவன் வாலை விட்டு விட்டுக் கையைச் சொரிந்து கொண்டிருந்தான். வாலைத் தான் விடக்கூடாது என்று இவனுக்குப் பட்டது. வாலைத் தோளுக்கு ஏற்றி அனுமாரையே பார்த்துக்கொண்டிருந்தான்.

இருந்தாற்போல இருந்து அனுமார் துள்ளிப் பாய்ந்தார். இவன் தோளிலிருந்து வால் நழுவித் தரையில் விழுந்தது. அதைப் பிடிக்க இவன் குனிந்தான்.

அனுமார் இன்னொரு பாய்ச்சல் பாய்ந்து வேகமாக ஆட ஆரம்பித்தார். வர வர ஆட்டம் துரிதகதிக்குச் சென்றது. பதுங்கியும் பாய்ந்தும் ஆடினார். ஆட ஆட, புழுதி புகை போல எழுந்தது. கழுத்துமணி அறுந்து கீழே விழுந்தது. ஒன்றையும் பொருட்படுத்தாமல் ஆட்டத்தில் தன்னை இழந்தவராக ஆடினார். மேளமும் நாதசுரமும் அவர் ஆட்டத்தோடு இணைந்து செல்ல முடியவில்லை. தடுமாறிவிட்டது. மேல் மூச்சு வாங்க அனுமார் ஆட்டத்தை நிறுத்தினார். மேளமும் நாதசுரமும் நின்றன.

அயற்சியோடு மேளக்காரன் தோளிலிருந்து தவுலை இறக்கிக் கீழே வைத்தான். ஆட்டம் முடிந்தது. தீர்மானமாகியது போல எஞ்சி இருந்த கூட்டமும் அவசர அவசரமாகக் கலைய ஆரம்பித்தது.

அனுமார் வாயால் மூச்சு விட்டுக்கொண்டு ஆலமரத்தில் சாய்ந்துகொண்டார். மேளக்காரன் ஆட்டத்தில் சேர்ந்த பணத்தைக் கணக்குப் பார்த்துப் பிரித்தான். அனுமாரிடம் அவர் பங்கை நீட்டினான். அவர் ராமுவிடம் கொடுக்கும்படி சைகை காட்டினார். மேளக்காரன் ஒரு முறைக்கு இரண்டு முறையாக எண்ணி ராமுவிடம் பணத்தைக் கொடுத்தான்.

'வாரேண்ணே' மேளக்காரன் அனுமாரைப் பார்த்துச் சொன்னான்.

'வாங்க'

'நானும் வாரேண்ணே' என்றான் நாதசுரக்காரன்.

'வாங்க'

அவர்கள் தெற்காகத் திரும்பிச் சென்றார்கள். கூட இருந்த இரண்டு மூன்று பையன்களும் அவர்களோடு நடக்க ஆரம்பித்தார்கள். அனுமார் தெருவையே பார்த்தபடி இருந்தார்.

ராமு கீழே விழுந்த மணியைப் பொறுக்கி எடுத்துப் பையில் வைத்துக்கொண்டான்.

மரத்தில் சாய்ந்து நின்றிருந்த அனுமார் நடக்க ஆரம்பித்தார். ராமு புழுதியில் புரண்ட வாலை அவசரம் இல்லாமல் வந்து மெல்லத் தூக்கினான். சுமை தாங்கிக் கல் மீது உட்கார்ந்திருந்த அழகு அனுமார் போவதைப் பார்த்து வேகமாகக் கீழே குதித்து வந்து வாலை எடுத்துத் தோளில் வைத்துக்கொண்டான்.

அனுமார் மெதுவாக நடந்து சந்தை மேட்டைத் தாண்டி ஆற்றங்கரைக்கு வந்தார். ஆறு நிறையத் தண்ணீர் ஓடிக்கொண் டிருந்தது. புதுத் தண்ணீர். அனுமார் ஒன்றையும் கவனிக்காமல் பாலத்தின் வழியே மெல்ல நடந்து அக்கரைக்குச் சென்றார்.

ஆற்றங்கரையையொட்டிச் சின்னக் கோயில்; என்ன கோயில் என்று இவனுக்குத் தெரியவில்லை. கோயில் தூணில் சாய்ந்துகொண்டு அனுமார் உட்கார்ந்தார். இவன் ராமுவோடு வாலைக் கீழே போட்டுவிட்டு, கையை மாறி மாறி உதறிக் கொண்டான். அனுமார் கால்களை நீட்டி நன்றாகத் தூணில் சாய்ந்து பெரிதாகக் கொட்டாவி விட்டார்.

தான் என்ன செய்வதென்று சுற்றும் முற்றும் பார்த்தான் அழகு. ஆறு, கரும்புத் தோட்டம், கோயில் – இவன் பார்வை மீண்டும் அனுமார்மீது படிந்தது.

அனுமார் நிமிர்ந்து உட்கார்ந்து வாலைப் பிடுங்கிப் போட்டார். அப்புறம் வாய், இடுப்பு வேட்டி , மார்புக் கச்சை, ராமர் படம், கால் சதங்கை, கைச் சதங்கை – ஒவ்வொன்றையும் எரிச்சலோடு வீசியெறிவதுபோல இவனுக்குத் தோன்றியது.

அனுமாருக்கு என்ன ஆகிவிட்டது என்று தன்னையே கேட்டுக்கொண்டான்.

பளுவை எல்லாம் இழந்த சுகத்தில் அனுமார் கையையும் காலையும் உதறிக்கொண்டு பீடியை எடுத்துப் பற்ற வைத்துப் புகையை நன்றாக இழுத்தார். கண்களை மூடி மேலே பார்த்தபடி புகையை ஊதுகையில் இருமல் வந்தது. விட்டு விட்டு இருமி இருமிக் காறி உமிழ்ந்தார்.

இவன் அனுமாரையே பார்த்துக்கொண்டிருந்தான். அசுர பலத்தோடு சாகசங்கள் புரிந்த அனுமார் பீடி அடித்துச் சோர்ந்து போய் இருமுகிறார். இவனுக்கு அழுகை வருவது போல இருந்தது.

'எலெ, ராமு'

அவன் முன்னே சென்றான்.

'ஒம்மாள குளிக்கத் தண்ணி போடச் சொல்லு'

'சரிங்க மாமா'

'பணம் பத்தரமா இருக்கா'

'இருக்குங்க மாமா'

'சரி, வூட்டுக்கு நீ முன்னால போ—'

அனுமார் இன்னொரு பீடியை எடுத்துப் பற்ற வைத்துக் கொண்டு இவனைப் பார்த்தார். இவன் அனுமாரைப் பார்த்துச் சிரித்தான். கிட்ட வரச் சொல்லி சைகை காட்டினார். மெதுவாக அருகே சென்றான். கையைப் பற்றிக்கொண்டு, 'ஆட்டமெல்லாம் பாத்தீயா?' என்றார்.

'பாத்தேங்க; ரொம்ப ஜோருங்க'

'— உம்' சின்ன இருமல்.

'நீங்க எகிறிக் குதிச்சப்ப, ஜனங்க பயந்துட்டாங்க'

'அப்பபடீயா' என்றார் அனுமார்.

'வால்ல நெருப்பு வச்சுக்கிட்டப்ப ஊரே எரியப் போவுதுன்னு நெனச்சேன்'

அனுமார் கையைத் தரையில் அடித்துப் பெரிதாகச் சிரித்தார். சிரிப்பு இருமலாக மாறியது. இரும இருமக் கண்களில் நீர் முட்டியது.

'இரும வந்தா — இதான்' தனக்குத்தானே சலித்துக் கொண்டார்.

'எனக்குக்கூட ஒங்கள மாதிரி ஆடணுமுன்னு ரொம்ப ஆசைங்க'

'உம், அப்படியா... எங்க, ஒரு சின்ன ஆட்டம் ஆடிக் காட்டு. ஒனக்கு வருமான்னு பாக்கறேன்'

எழுந்து தரையில் கிடந்த வாலை எடுத்து இடுப்பில் கட்டிக் கொண்டு சதங்கையை எடுத்தான். அனுமார் எழுந்து நின்று பெரிதாக இவனுக்குப் பயம் உண்டாகும் வரையில் சிரித்தார். கையிலிருந்த சதங்கை கீழே நழுவ அச்சத்தோடு அனுமாரைப் பார்த்தான்.

அனுமார் தூணில் சாய்ந்து, 'பரவாயில்ல; கட்டிக்கிட்டே ஆடு' என்றார்.

காலில் சதங்கையைச் சுற்றிக் கொண்டு அனுமார் மூஞ்சியை எடுத்து மாட்டிக் கொண்டு — தான் கண்டதையெல்லாம் மறுபடியும் மனத்தில் இருத்தி ஆட்டத்தை ஆட ஆரம்பித்தான். முதலில்

மரத்திலிருந்து கீழே குதிக்கும் ஆட்டத்தை ஆடினான். இவன் ஆட்டம் தாளகதிக்கு ரொம்பவும் இணங்கி வருவது அனுமாருக்கு மகிழ்ச்சியளித்தது. உம் – உம் என்று தலையசைத்தார். ஆனால் நேரம் ஆக ஆக அடி தப்பியது. தன் போக்கில் ஆடினான்.

அனுமார் முகத்தைச் சுளித்தார். இவன் ஆட்டம் பொறுக்க முடியாததாகப் பட்டது.

'இங்க பாரு'. அனுமார் தாவிக் குதித்து முன்னே வந்து மெல்ல அடிபோட்டு ஆடத் தொடங்கினார். லேசாக ஆரம்பமான ஆட்டம் சில நொடிகளிலேயே துரிதகதியில் இறங்கியது. இவன் கண்ணிமைக்காமல் ஆட்டத்தையே பார்த்துக்கொண்டிருந்தான்.

துள்ளியும் பாய்ந்தும் பெருங்குரலில் ஊர் நடுங்கக் கூச்ச லிட்டும் ஆடிய அனுமார் வெற்று வெளியில் ஒரு சின்னப் பையன் முன்னே ஆடுவதைத் திடீரென்று உணர்ந்து வெட்கமுற்றவர்போல ஆட்டத்தை நிறுத்திவிட்டு, 'என்ன, பார்த்துக்கிட்டீயா?' என்று கேட்டார்.

பேச்சின் தொனி மாறியிருப்பதைக் கண்ட அழகு தலையசைத்தான்.

'எங்க, இப்ப ஆடு பாக்கலாம்'

அழகு ரொம்ப நிதானமாக ஆடினான்.

அனுமார் தன்னை மீறிய சந்தோஷத்தோடு 'பேஷ், பேஷ் – உடனே பிடுச்சுக்கிட்டீயே' என்றார்.

அவர் உற்சாகம் இவனைக் களிப்புற வைத்தது. துள்ளி முன்னே வந்தான்.

'வால்ல பந்தம் கட்டி ஆடுற ஆட்டம் ஆடு'

அழகு பின்னால் சென்று வாலை இழுத்து இடுப்பில் சுற்றியபடி அனுமாரைப் பார்த்தான். அவர் தூணில் சாய்ந்து கால்களை நன்றாக நீட்டிக்கொண்டிருந்தார். இவன் சாய வேட்டியை வாலின் நுனியில் சுற்றி நெருப்பு வைத்தான். சாய வேட்டி கருகி அணைந்தது. வாயால் ஊதி நெருப்பைக் கனிய வைத்துப் பெரிதாகக் கத்திக்கொண்டு அனுமாரை நோக்கிப் பாய்ந்தான்.

கண்களை மூடி வாயால் மூச்சுவிட்டுக் கொண்டிருந்த அனுமார் திடுக்கிட்டதுபோலக் கண் விழித்தார். அழகு கைகளை முன்னே நீட்டிச் சிரித்தான். இவன் சிரிப்பு அவருக்கு எரிச்சல் ஊட்டியது.

'உம், ஆடுலே'

மாறாத புன்னகையோடு துள்ளித் துள்ளிக் கையும் காலும் குழைந்து நெளிய ஆடினான். அனுமார் அவனை உற்றுப் பார்த்தார். மனம் தன்னிலை இழந்தது. கையைத் தரையில் ஓங்கியடித்தார். அழகு முன்னே வந்து பாய்ந்து பின்னால் காற்றில் மிதிப்பதுபோலச் சென்றான்.

அனுமாரால் உட்கார்ந்திருக்க முடியவில்லை. எழுந்து அம்புபோல முன்னால் பாய்ந்தார். இவன் ஒரு கணம் நிதானித்து, விரிந்த அனுமார் கை இடுக்கில் புகுந்து வெளியே சென்றான். பாய்ந்த வேகத்தில் கீழே விழப்போன அனுமார் தரையில் கையூன்றிச் சமாளித்து நின்று வெறுமை நிறைந்த மனத்தோடு இவனைத் திரும்பிப் பார்த்தார்.

அழகு பற்களெல்லாம் வெளியே தெரியச் சப்தமாகச் சிரித்துக் கைகளை ஆட்டி எம்பி எம்பிக் காற்றில் மிதப்பது போல முன்னே வந்தான்.

அனுமார் அவனையே பார்த்துக்கொண்டிருந்தார். அருகில் வந்த அவன், தலையை ஒயிலாக ஒரு வெட்டு வெட்டிப் பின்னுக்குச் சென்றான்.

'என்னாடாலே, எனக்கா பாச்சக் காட்டுற'. அனுமார் கத்திக்கொண்டே அவனைப் பிடிக்கப் பாய்ந்தார். அவன் குனிந்து பிடியில் சிக்காமல் நழுவ – அனுமார் கால்கள் பின்னிக்கொள்ளத் தரையில் விழுந்தார்.

அழகு அனுமார் விழுந்ததைக் கவனிக்காமல், தன் ஆட்டத்தில் மூழ்கியவனாகக் களிப்பும் உற்சாகமும் பொங்க வேகமாக ஆடிக்கொண்டிருந்தான்.

●

உயிர்கள்

அற்புதராஜ் சார் கூட எப்பொழுதும் ஒரு கூட்டம்; நான்கைந்து பேர்கள். பள்ளிக்கூடத்திலாகட்டும், விளையாட்டு மைதானத்திலாகட்டும், ஆற்றங்கரை, அவையாம்பாள் தோட்டமாகட்டும் – துப்பாக்கியோடு அவர் எங்கிருந்தாலும் மாணவர்கள் கூடவே சூழ்ந்து நிற்பார்கள். ஆனாலும் அவர்களில் யாருக்குமே அவர் சார் இல்லை. கோபால் ஏழாம் வகுப்பு; தங்கையாவும், கிருஷ்ணனும் ஆறாம் வகுப்பு. அற்புதராஜ் எட்டாம் வகுப்புக்கு சார். அந்த வருடந்தான் எட்டாம் வகுப்பு புதிதாக வந்தது; அற்புதராஜ் சாரும் வந்து விட்டார். அவர் ஒரு வருஷம் படித்த பள்ளிக்கூடம்; அவருக்கு சாராக இருந்தவர்களெல்லாம் இன்னும் இருக்கிறார்கள்.

அற்புதராஜும் இப்போது ஒரு சார்; பெரிய வகுப்பிற்கு வாத்தியார். பட்டணத்திற்குப் போய் பட்டம் வாங்கிக்கொண்டு வந்து விட்டார். ஹெட்மாஸ்டர் மணவாள ஐயங்கார் ரிடையர் ஆன பிறகு அற்புதராஜ்தான் தலைமை ஆசிரியர்.

சர்ச்சுக்குப் போகும்போது தங்கையா சாரைச் சந்தித்தான். ஆனாலும் ஒன்றும் பேசவில்லை. அவன் ரொம்பக் கிளர்ச்சியுற்றான். ஒருவிதமான பயங்கூட வந்துவிட்டது. வேகமாய் ஓடி அக்காவின் கரத்தைப் பிடித்துக்கொண்டான். இரண்டு மூன்று வாரங்களுக்குப் பிறகு கொஞ்சம் கொஞ்சமாக அச்சங்கூட மறைந்தது. அக்கா நையாண்டி பண்ணிப் பண்ணி அதைப் போக்கினாள்.

சா. கந்தசாமி

இரண்டு நாட்கள் அவருக்கு முன்னும் பின்னுமாக நடந்து மூன்றாவது நாள் வகுப்பிற்குப் போகும்போது, ‘குட்மார்னிங் சார்’ என்றான் தங்கையா. எட்டாவது சாருக்குத் துணிந்து முதன் முதலிலே குட்மார்னிங் வைத்தவன் அவன்தான். அற்புதராஜ் மெல்லத் தலையசைத்து குட்மார்னிங் சொன்னார். அந்த நிகழ்ச்சி மாணவர்களிடையே பெரும் பரபரப்பை உண்டாக்கிவிட்டது. ஒரு நிமிஷத்திற்குள்ளேயே அவன் புகழ் பெற்றுவிட்டான். ‘சாரைத் தெரியுமாடா?’ என்று துளைத்துத் துளைத்துக் கேட்டவர்களுக்கெல்லாம் மெல்லச் சிரித்துக்கொண்டே தலையசைத்து, ‘சர்ச்சிலே பார்த்திருக்கேன்’ என்று பெருமையோடு பதிலளித்தான்.

அடுத்தவாரம் சர்ச்சுக்குப் போகும்போது சாரைப் பார்த்ததும் அக்காவை விட்டு விட்டு ஓடி வந்து ‘குட்மார்னிங் சார்’ என்றான். அப்புறம் அவன் அக்காவிடம் போகவில்லை; சார் கூடவே சென்றான். பிரார்த்தனையும் அவரோடுதான்; பிரார்த்தனை முடிந்ததும் அக்கா ஜாடை காட்டிக் கூப்பிடக் கூப்பிடத் தலையசைத்து மறுத்துவிட்டான்.

‘அற்புதராஜ்’–அவனுக்கு ரொம்பப் பிடித்துப்போய் விட்டது. அவர் இதமாக நெஞ்சைத் தொடுவது மாதிரி பேசினார். அவன் படிக்கும் வகுப்பைப் பற்றிக் கேட்டார். ‘தனபாக்கியம் டீச்சர் தானே?’ என்றதும், ‘சாருக்கு எல்லாம் தெரிகிறதே’ என்று நினைத்துக்கொண்டான். அவனுக்குத் தாள முடியவில்லை. மெல்லத் தலையை உயர்த்திப் பார்த்தான். சாரைப் பற்றி எல்லாரும் சொல்லுவார்கள். அவர் யார்கிட்டேயும் பேசமாட்டாராம்; அன்னைக்கு ராஜகுமாரி டீச்சர் மூணாம் கிளாஸ் வேலு சார்கிட்டே கேட்டாங்க ‘புது வாத்தியார் என்ன ஊமையா?’ன்னு. வேலு சாருக்குப் பொறாமை; கண்ணு ஜிவுஜிவுன்னு செவந்து போச்சு. ‘எங்கிட்டப் படிச்சப் பய; எட்மாஸ்டரா வரப்போறான். அதான் திமிர் வந்துடுச்சு’ என்றார். அது பொய்; சுத்தப் பொய்; வேலு சாருக்கு அதான் வேலை. எப்பப் பார்த்தாலும் யாரைப் பத்தியாவது ஏதாவது பேசிக்கிட்டே இருப்பார். ‘சார் நீங்க சொல்றது பொய்ன்னு சொல்ல வாய்கூட வந்துடிச்சு. சொன்னா, காதைப் பிடிச்சு முறுக்கி நாய்க்குட்டியைத் தூக்கிச் சொரணை பார்க்கலே–அது போலத் தூக்கி, தலையிலே நச்சுனு கொட்டுவார். இல்லாட்டா மணிக்கட்டிலே பிரம்பாலே பத்தடி அடிப்பார்; அடி சுளீர் சுளீர்ன்னு விழும்; அதனாலே ஒன்னும் பேசலே’ நினைவின் திரைகள் அகன்றன.

‘சார் உங்களுக்கு ரொம்பத் திமிரா சார்?’

முன்னே சென்றுகொண்டிருந்த அற்புதராஜ் அப்படியே நின்றார். காதிலே விழுந்த சொற்கள் ஒரு கணம் நினைவிற்கு வரவில்லை.

அவன் சாரைப் பார்த்துக்கொண்டே நின்றான். முகத்திலே ஒரு திருப்தி. 'அப்படி யெல்லாம் இல்லே, எல்லாம் சுத்தப் பொய்' என்று தெரிந்து, உண்மை நிரூபணம் ஆகிவிட்டதால் ஏற்பட்ட ஓர் ஆனந்தம்.

'என்ன?'

'உங்களுக்கு ரொம்பத் திமிரா சார்?'

'அப்படீன்னா – ?'

'ராஜகுமாரி டீச்சர் கிட்டே வேலு சார் உங்களுக்கு ரொம்பத் திமிர்னு சொன்னாங்க. எனக்கு அப்பவே தெரியும் சார், அது பொய்யினு. மூஞ்சிக்கு நேரேயே கேக்கணும்னு கோபம் கோபமா வந்துச்சு. ஆனா அவரு சாரு இல்லையா? சார் – ?' என்று கேட்டு விட்டு அவரை நிமிர்ந்து பார்த்தான்.

அற்புதராஜ் அவன் கைகளை இறுகப் பற்றிக்கொண்டு ஏறெடுத்துப் பார்த்து லேசாக முறுவலித்தார்.

பிடிபடாத படபடப்பு. எங்கிருந்தோ கோபம் ஆத்திர மெல்லாம் குபுகுபுவென்று பெருகிப் பெருகி வருகிறது.

அவருக்குத் தெரியும். 'தான் வேலைக்கு வந்த அன்றே முக்கால்வாசி ஆசிரியர்கள் தன்னை விரும்பவில்லை; தனியாகப் பிரிந்து சென்றுவிட்டார்கள்' என்பது.

'உனக்கு என்ன தோணுது?' அற்புதராஜ் குனிந்து மெல்லிய குரலில் வினவினார்.

'நீங்க ரொம்ப நல்ல சார்'

சார் சிரித்தார்.

'இல்லே; இந்த சார் ரொம்பக் கெட்ட சார்தான். கிளாசுக்கு வந்து ஒருநாள் பார்'

தங்கையா சிரித்தான். அதெல்லாம் பொய். வேணுமென்று அவனுக்காகவே சொல்வது மாதிரி ஒரு நினைப்பு. இப்படி யெல்லாம் சிரித்துக்கொண்டு யார் பேசுவாங்க? தனபாக்கியம் டீச்சர், காமு டீச்சர், வேலு சார், எம். கே. டீச்சர் – ஒருத்தரும்

பேசமாட்டார்கள். அப்படிப் பேசினாலும் ஒரு வாட்டியும் சார் பேசறது போல இருக்காது. சாரின் குரல் அழுந்திக் காதுக்குள்ளேயே குசுகுசுக்கறது போல இருக்கும். சார் சிரிக்கறதே ஒரு தனியழகு; சிங்கப்பல்லு லேசாத் தெரிய ரொம்ப இதமான சிரிப்பு.

அக்காவுக்கப்புறம் சார்தான்; அக்கா சிரிக்கிறதைப் பார்த்துக்கிட்டே இருக்கலாம். சப்தமில்லாம, உடல் குலுங்காம பூப்பூவா சிரிக்கும்; சார் அப்படியும் இப்படியும் தலையசைத்தாலும் மத்தபடி சிரிக்கிறதெல்லாம் அக்காதான்.

அன்றைக்கு சார் சிரித்தது கூட அவனுக்குப் பசுமையாக நினைவில் இருக்கிறது. புளியமரத்தடியில் பத்துக்குத்து ஆடிக் கொண்டிருந்தவன் நிமிர்ந்து பார்த்தபோது சார் சிரித்தவாறு நின்று கொண்டிருந்தார். மனம் திக்கென்றது; அப்பீட் எடுக்கவில்லை; சாட்டையைப் பையில் அவசரம் அவசரமாகத் திணித்துக் கொண்டு, 'சார்' என்றான். அவர் அப்பொழுதும் சிரித்துக் கொண்டிருந்தார்; தோளில் துப்பாக்கி.

'வாங்க சார்'

'புறப்படலாமா?'

'தோ, சார்'

அற்புதராஜுக்கு வேட்டையிலே தனி விருப்பம். எதையாவது சுட வேண்டும். படீர்படீரென்று துப்பாக்கி முழங்க வேண்டும். தாத்தாவிடமிருந்து வந்த பழக்கம். அவர் சொல்லிக்கொடுத்தது. துப்பாக்கி அவரளித்த பரிசுதான். ரொம்பப் பழையது; பல வேட்டைகளைக் கண்டது. தோள்பட்டையில் சாற்றிப் பிடித்தால் எதிரேயிருக்கும் உயிரை வாங்கிவிடும். லாவகம், நெளிவு எல்லாம் தாத்தாவின் அனுபவத்திலிருந்து பெற்றது. இரண்டு வருடத்திற்கு முன்னே கல்லூரி விடுமுறையில் வந்திருந்தபோது தாத்தா ஊரில் இல்லை. மாணிக்க ஆசாரி உலைக்களத்தில் நல்லபாம்பு என்று ஓடிவந்தார்கள்.

அப்பொழுதுதான் அற்புதராஜ் தன்னந்தனியாகத் துப்பாக்கியை எடுத்தார். மனத்தில் தைரியம். சரியாகச் சுட்டு விடலாம் என்ற நம்பிக்கை. உலைக்களத்தை நோக்கிச் சென்றார். கிட்ட நெருங்க முடியவில்லை. படத்தை விரித்துக் கொண்டு மேலேயெழும்பி நின்று பாம்பு ஆடியது. அற்புதராஜ் எட்டியே நின்றார். துப்பாக்கி தோளில் சாய்ந்தது. தாத்தாவின் யோசனை இல்லாமல் சுடுவது அதுதான் முதல் தடவை. கை கொஞ்சம் நடுங்கியது. எங்கே குறி தப்பிடுமோ என்ற பயம், யார் யாரோ

கூச்சலிட்டார்கள். ஆளுக்கொரு யோசனை. இருந்தாலும் குண்டு தப்பவில்லை; பாம்பு கிர்கிர் என்று சுற்றிக்கொண்டே போய் சுவற்றில் மோத, தலை பஞ்சாய்ப் பறந்தது. அதுதான் முதல் வேட்டை. பெரிய கூட்டத்திலிருந்து குறி தவறாது சுட்டுப் புகழ்பெற்று விட்டார். தாத்தா அதனைக் கேள்விப்பட்டதும் உள்ளம் பூரித்துப் போனார். நரையோடிய மீசையை ஒரு பக்கமாகத் தள்ளிவிட்டுக்கொண்டு லேசாக நகைத்தார்.

'கொக்கு குயிலெல்லாம் இனிமே ரொம்ப சாப்பிடலாம்ன்னு சொல்லு'

அற்புதராஜ் தலையை அசைத்துக் கொண்டு முறுவலித்தார்.

படிப்பு முடிந்து வந்ததிலிருந்து வேட்டைதான் பொழுது போக்கு; கொஞ்ச நாட்கள் எதிர்வீட்டு அந்தோணி கூடச் சென்று கொண்டிருந்தான். அவன் நின்று போன சமயத்தில் தான் தங்கையா பழக்கமானான்.

'போகலாமா சார்' சார் அவனிடம் நேற்றே சொல்லியிருந்தார்; காவிரியைக் கடந்து சுடுகாடு, வெட்டாறு எல்லாவற்றையும் தாண்டிக் கரும்புத் தோட்டத்தோடே நெய்வாசலுக்கு வேட்டைக்குப் போவதாக. ஆனால் விளையாட்டிலே அவன் மறந்து போய்விட்டான். சாரைப் பார்த்ததுந்தான் எல்லாம் அவன் நினைவிற்கு வந்தது.

சைக்கிளை எடுத்துக்கொண்டு போக முடியாது. அவையாம்பாள் தோட்டத்தில் குயில் இருப்பது சரியாகத் தெரியாது. பெரிய தோட்டம்; ஒரே மரமட்டைகள். அந்தி கருக்கு முன்னேயே இருட்டிவிடும். டார்ச் இருந்தால் சௌகர்யம். புறப்படும்போது சாருக்கு மறந்து போய்விட்டது. தாத்தாவுக்குத் தெரிந்தால் பகபகவென்று பெருங்குரலில் நையாண்டி துலங்க நகைப்பார்.

'சைக்கிளை எங்க வீட்டிலே போட்டுடுங்க சார்'

சைக்கிளை அவரிடமிருந்து வாங்கித் தள்ளமுடியாமல் தள்ளிக்கொண்டு உள்ளே போனான் தங்கையா.

சைக்கிளை உள்ளே வைத்துவிட்டு டார்ச்சைத் தேடிப் பார்த்தான். அப்பாவின் பெரிய டார்ச் அகப்படவில்லை. ஹாலிலிருந்து காமரா அறைக்கும், காமரா அறையிலிருந்து ஹாலுக்குமாக ஓடிக்கொண்டிருந்தவனை நிறுத்தி அக்கா சொன்னாள், 'சார் நிக்குறாங்க, வந்து குந்தச் சொல்லு'. நாற்காலியைத் துடைத்து ஹாலில் கொண்டு வந்து போட்டாள்.

சா. கந்தசாமி

ஒரே பாய்ச்சலாகத் தெருவுக்கு ஓடினான். 'சார் வந்து குந்துங்க சார். ஒரு நிமிஷத்திலே டார்ச்சு எடுத்தாந்துடறேன்'

'பரவால்லே, டார்ச் வேணாம்'

'இல்லே சார்; நீங்க வந்து குந்துங்க சார்'

'நான் இங்கேயே நிக்கறேன். நீ போய் வா'

அவன் சாரை ஏறிட்டுப் பார்த்தான். அப்புறம் உள்ளே சென்றான்.

'சார் வர்லியா'

'அங்கயே நிக்கறாங்களாம்'

'அங்க நிக்கக்கூடாதுன்னு சொல்லு'

அற்புதராஜ் பார்வை சற்றே திரும்பியது. சன்னல் கம்பிகளிடையே புதைந்திருந்த முகம் சட்டென்று மறைந்தது. அதனுடைய கவர்ச்சியும், அதரங்களில் படர்ந்த புன்னகையும் நினைவைவிட்டு அகலவில்லை. அவர் தலைகுனிந்து கொண்டார். மங்கும் வெயிலில் கோலமிட்டது மாதிரி திடீரென்று நிழல் படர்ந்தது. வானத்தை நிமிர்ந்து பார்த்தார். வெளவால் மீன் சிறகு போலக் கொக்குகளும் மடையான்களும் பறந்து சென்று கொண்டிருந்தன. பின்னும் முன்னுமாக இரண்டு கூட்டங்கள் வந்தன. கிழக்கே வேட்டைக்காரன் வந்துவிட்டான் என்பது தெரிந்தது. எங்கேயாவது துப்பாக்கி முழக்கம் கேட்டால் அதற்கு எதிர்த் திசையில் இப்படித்தான் கொக்குக் கூட்டமும் பறக்கும்.

மடையான் மடையான் பூப்போடு
மடைக்கு ரெண்டு பூப்போடு
அறுவா மணை தீட்டித் தாறேன்
அதுக்கு ரெண்டு பூப்போடு

— சின்னப் பிள்ளைகள் ஒரே குரலில் ராகமிட்டு நகங்களைத் தேய்த்துக் கொண்டிருந்தார்கள்.

'சார்', பெரிய டார்ச் விளக்கோடு வந்து நின்றான் தங்கையா. அவனுக்குப் பின்னே கோபால்; சற்றே உயரம். நீள நீளமான கைகள். அவன் கரங்குவித்து சாருக்கு வணக்கம் செலுத்தினான்.

'நம்ப கோவாலு, சார்; ஏழாம் கிளாசு'

சார் அவனைத் தட்டிக் கொடுத்தார்; ரொம்ப நாட்கள் சிநேகிதம் மாதிரி சாரோடு கோபால் பேசினான்.

அவையாம்பாள் தோட்டத்தில் நான்கு குயில்களைச் சுட்டுக் கொண்டு ஆற்றங்கரைக்குச் சென்றார்கள்; ஆற்றிலே வெள்ளம் கரைபுரண்டோடிக் கொண்டிருந்தது. பெரிய பெரிய பூவரசு மரமெல்லாம் கிளையோடு உருண்டு கொண்டிருந்தன. சுடுகாட்டு மூங்கிற்பாலம் மூழ்கிவிட்டது; அங்கங்கே ஓரொரு குச்சி. ஜனங்கள் கூட்டம் கூட்டமாக அப்படியே தேங்கி நின்றிருந்தார்கள்.

திட்டம் சிதைந்துபோய்விட்டது நெய்வாசலுக்குப் போக வழியில்லை. இன்னும் நான்கைந்து நாட்களுக்குக் காவிரியில் தண்ணீர் குறைகிறவரையில் அக்கரைக்குப் போக முடியாது.

அற்புதராஜ் இரு கரைகளையும் மாறிமாறிப் பார்த்து விட்டுச் சொன்னார், 'அப்பத் திரும்ப வேண்டியதுதான்'

கோபால் தன்னை மறந்து லேசாகச் சிரித்தான்.

'இது என்னசார் தண்ணி? ஒரே பாய்ச்சல்லே அக்கரைக்குப் போயிடலாம்' என்றான்.

சார் அவனைத் திரும்பிப் பார்த்தார். தண்ணீருக்கு அஞ்சும் பிள்ளையல்ல. இக்கரையிலிருந்து கண்மூடிக் கண் திறப்பதற்குள் அக்கரைக்குப் போய்விடுவான் என்பது தெரிந்தது.

'துப்பாக்கி'

'நான் நனைக்காம தூக்கியாந்துடுவேன் சார்'

தங்கையா அவன் காலை மெல்ல அழுத்திச் சாடை காட்டினான். விஷயம் முழுவதும் புரிந்து விட்டதுபோல் வெட்கத்தோடு தலையைக் கவிழ்த்துக் கோபால், 'வாங்க சார், ரொம்பத் தண்ணி' என்றான்.

மூவரும் ஆற்றங்கரை வழியே திரும்பினார்கள். எங்கெங்கே குயில் வரும்; கொக்கு எப்பொழுது, எங்கே வரும் என்பதைப் பற்றிக் கோபால் நிறைய சொல்லிக்கொண்டு வந்தான்.

மஞ்சள் கொல்லை, பலாத்தோப்பு, அவையாம்பாள் தோட்டம் – இங்கெல்லாம் குயில் ரொம்ப வருமாம். சாமியார் தோப்பில் கிளிமூக்கு, பச்சரிசி மாமரத்தடியில் சின்னக்குளத்தில் கொக்கு வரும். கொக்கை விடக் குயிலைப் பற்றி அவன் உற்சாகமாகப் பேசினான். குயிலில் இரண்டு வகை. ஒன்று சுத்தக் கறுப்பு; அசல் காக்கைதான். ஆனால் கொஞ்சம் சிறியது. சட்டென்று வித்தியாசம் தெரியாது. அது பெண். இன்னொன்று மேலெல்லாம் புள்ளிப் புள்ளியாக இருக்கும்; ரொம்பக் கறுப்புமில்லை; மங்கியச்

சிவப்பு. பழுப்பு நிறமென்று சொல்லலாம். அது புள்ளிக் குயில் – ஆண்.

கோபால் வீட்டிற்குப் பின்பக்கம் பலாத்தோப்பு. பெரிய தோப்பு; பலாப்பழக் காலத்தில் மரமெல்லாம் – மரமென்ன, வேரில்கூடப் பழம் தொங்கும். பார்த்தசாரதி அய்யங்கார் தோப்பு; கண்டவனையெல்லாம் கூப்பிட்டுக் கூப்பிட்டுப் பழம் கொடுப்பார். அங்கேதான் அடுத்த வாரம் வேட்டை என்று தீர்மானித்துக்கொண்டே ஆற்றங்கரையை விட்டுச் சாலையில் இறங்கினார்கள்.

ஒரு செம்போத்துக் குரல் கணீரென்று கேட்டது. முன்னே சென்று கொண்டிருந்த அற்புதராஜ் இரண்டடி பின்வாங்கி அரசமரத்தைப் பார்த்தார். செம்போத்து தெரியவில்லை. ஆனாலும் அதன் குரல் மட்டும் விட்டுவிட்டுக் கேட்டுக் கொண்டே இருந்தது. தங்கையாவும், சார் கூடவே மரத்தைச் சுற்றிச் சுற்றி வந்தான். வானுயர்ந்த மரம்; அடிமரத்தைக் கட்டிப்பிடிக்கப் பத்துப்பேர் வேண்டும். மரத்திற்கு முன்னே ஒரு சூலம். சூலத்தில் போட்டிருந்த நீண்ட மாலை வாடிக் கிடந்தது. அரசமரத்திலே கிளை வெட்டமாட்டார்கள்; ஆட்டுக்குக்கூட ஒரு இலை கிள்ளமாட்டார்கள். அது வால் முனி மரம்; வால் முனியைப்பற்றி எல்லோரையும்விடக் கோபாலுக்கு ரொம்பத் தெரியும். வானத் திற்கும் பூமிக்கும் சரியாக, விடிவதற்கு முன்னே மேலத் தெரு வழியாகக் கலீர் கலீரென்று சலங்கையொலிக்க நடந்து போவதைப் பற்றி அவன் பாட்டி சொல்லியிருக்கிறாள். வால் முனி உறையும் மரத்தில் வேட்டையாட சார் போவதைப் பார்த்து அவன் திடுக்கிட்டுப் போனான். செம்போத்து, சார் கண்ணிலே பட்டுவிட்டது. சார் குனிந்து குனிந்து போய்ப் பனைமரத்தின் கீழ் துப்பாக்கியை மேலே உயர்த்திச் சரியாக நின்றார்.

'சார்' அவன் குரல் கணீரென்று கட்டளையிடுவது மாதிரி இருந்தது. அற்புதராஜ் சற்றே தலையைத் தாழ்த்திப் பார்த்தார்.

'சார், இங்கே வேட்டையாடக் கூடாது சார்'

'–'

'வால் முனி மரம் சார்; இங்கே யாரும் சுடமாட்டாங்க சார்'

அற்புதராஜ் அந்தச் சிறிய பையனை ஊடுருவிப் பார்த்தார். தன்னுடைய தீர்மானமான வேண்டுகோளை அழுத்தமாகவே வெளிப்படுத்திவிட்டான்.

'முதல்நாளே அவன் சாரிடம் சண்டை போட்டுக் கொண்டு விட்டான். அவனுக்கு ரொம்பத் திமிர்; சார்ங்கிற மதிப்பு இல்லே. சேர்த்துக் கொண்டிருக்கக் கூடாது' என்று தனக்குத்தானே சொல்லிக்கொண்டான் தங்கையா. சாருக்கு அவமானம் நேர்ந்துவிட்டது மாதிரி, அவன் துயருற்றான். ஆனாலும் – சார் ரொம்பப் பெருந்தன்மையோடு கோபால் வேண்டுகோளை ஏற்றுக்கொண்டார்.

வால்முனி மரத்தைத் தாண்டி வரும்போது அவன் சொன்னான்: 'சார், இது ரொம்ப சக்தி வாய்ந்த தெய்வம் சார், நெய்வாசலுக்குப் போற வழியிலே கூந்தப் பனமரத்துக்கு அன்னான்டே இலுப்ப மரத்திலே இருக்கிற முனியும் இதுவும் ஒண்ணு சார்; இதுவும் நெய்வாசலுந்தான் சார் அதன் எல்லை. இங்கேர்ந்து அங்கேயும், அங்கேர்ந்து இங்கேயும் போய் வந்துகிட்டிருக்கும்; பொழுது விடிஞ்சுட்டா எங்கயாச்சும் தங்கிடும் சார்'

அற்புதராஜ் ரொம்ப கவனத்தோடு, உன்னிப்பாகக் கேட்டார். அவன் பேயைப் பற்றி, காத்தவராயனைப் பற்றி, அய்யனாரைப் பற்றி, அற்புதமான பாவத்தோடு விவரித்தான். அவருக்குப் புது அனுபவம்; அந்தமாதிரியெல்லாம் யாரும் சொன்னதில்லை. தன்னுடைய அபிப்ராயத்திற்குக் கொஞ்சமும் காத்திராமல் சொந்த நம்பிக்கைகளோடு ஒவ்வொன்றையும் விவரித்தான். வேட்டை அநேகமாக முற்றுப்பெறாமல் போனதுகூடத் தெரியாமல் போய்விட்டது. வீட்டிற்குத் திரும்பும் சமயத்தில்தான் தங்கையா கேட்டான், 'அடுத்த வாரம் எங்கே சார்'

'அது என்னடா கேள்வி? பலாத் தோப்புதான்; என்ன சார்?'

சார் தங்கையாவை நோக்கிப் புன்னகை பூத்தார்.

கோபால் ஒவ்வொரு நாளும் காலையிலும் மாலையிலும் போய்ப் பார்த்து வைத்துக் கொண்டான். புன்னை மரத்திலே ஒரு குயில்; பிரப்பங்காட்டிற்குப் பக்கத்திலே நுணாமரத்திலே இரண்டு; புள்ளியும், கறுப்புமாக – ஆணும் பெண்ணுமாக. அவன் எண்ணிக்கொண்டே இருக்கையில் சிறகடிக்காமல் விர்ரென்று இன்னொன்று நெட்டிலிங்க மரத்தில் வந்தமர்ந்தது; அதைத் தொடர்ந்து இன்னொன்று. அவன் எண்ணிப் பார்த்தான். இங்கு மட்டும் ஆறு. தாழைக்குத்துப் பக்கம் போனால் கணக்கே கிடையாது. கள்ளுக் குருவி, நாணத்தாங் குருவி கணக்கா குயில் ரொம்ப இருக்கும்.

தங்கையாவை அழைத்துக்கொண்டு வந்து தோப்புப் பூராவும் சுற்றிக் காட்டினான் கோபால். பெரிய தோப்பு

முழுவதும் பாதை தப்பாமல் எப்படிப் போகிறான் என்பது தங்கையாவுக்குப் பிடிபடவில்லை. அதைப்பற்றிக் கேட்டதும் அவன் சிரித்தான். 'எல்லாம் பழக்கந்தான், நான் எம்மா நாளா இங்க சுத்திக்கிட்டிருக்கேன் தெரியுமா' என்றான்.

ஞாயிற்றுக்கிழமை நேராகத் தோட்டத்திற்குத்தான் வந்தார்கள். குயில்கள் கூவி அழைத்தன. அற்புதராஜ் கண்களைச் சிமிட்டி தங்கையாவை நோக்கிப் புன்னகை பூத்தார். மகிழ்ச்சி தாள முடியவில்லை. பூரித்துப் போய்விட்டான்.

குயில் புன்னை மரத்திலிருந்தது. அற்புதராஜ் சற்றே மறைந்து நின்று துப்பாக்கியை மேலே தூக்கினார். இரண்டு பேரும் விழியிமைக்காமல் மெல்ல மெல்லச் சிறகை அசைத்துக் கொண்டிருக்கும் புள்ளிக் குயிலையே பார்த்துக் கொண்டிருந்தார்கள். ஒரு வினாடி பொறுத்து ஒரு ஓசை; படீரென்று துப்பாக்கி வெடித்தது. மேலே விட்ட கல் மாதிரி குயில் பொத்தென்று கீழே விழுந்தது. கோபால் ஓடியெடுத்தான். வயிற்றில் இரத்தம் கசிந்துகொண்டிருந்தது. மென்மையான பஞ்சுபோன்ற சின்னஞ் சிறிய சிறகுகள் பிய்ந்து போய்விட்டன.

குயிலுக்கு அவ்வளவு தந்திரம் தெரியாது; ஒரு குண்டு வெடித்தால், கொக்கு, மடையான் மாதிரி மேலே எழும்பி வெகுதூரம் போகாது. ஆபத்தையே உணராத பறவை அது. குண்டு சப்தம் கேட்டால் பத்து மரங்கள் தள்ளிப்போய் உட்கார்ந்து கொண்டு சோகமாக, மனமுருகிக் குரல் கொடுக்கும்.

அவர்கள் கொஞ்சம் கொஞ்சமாக முன்னேறிப் பச்சரிசி மாமரத்திற்கு வந்துவிட்டார்கள். மரத்தை ஒட்டிப் பெரிய அல்லிக்குளம்; குளத்திலே அல்லி இலைகளில் குந்தியிருந்த மடையான் கொக்குகள் படபடவென்று சிறகடித்துக்கொண்டு மரத்தில் போய் அமர்ந்தன. கோபால் அதைப் பார்த்துவிட்டுச் சிரித்தான்.

'இன்னைக்கு நீங்க வேணாம்; வேணுங்கிறபோது சுட்டுக் கிறோம். நீங்க ஒண்ணும் அபூர்வமில்லே'

தண்ணீருக்குள் திடீரென்று வீழ்ந்து மீனைக் கொத்திக் கொண்டு போகும் மீன்கொத்தியையே பார்த்துக்கொண்டிருந்த சார் பக்கென்று சிரித்துவிட்டார்.

'சார் குயில்' – உச்சிக் கிளையில் உட்கார்ந்திருந்த குயிலைப் பார்த்து விட்டுச் சொன்னான் தங்கையா. சார் மேலே பார்த்தார். குயில் உச்சியிலிருந்தது. சாதாரணமாக அவ்வளவு தூரம்

குயில் போவதில்லை; ரொம்பக் கலவரமுற்றுப் போய்விட்டது. தப்பித்துக் கொள்ள ஆசை; கூவக்கூடப் பயந்து கிளையில் ஒடுங்கி உட்கார்ந்திருந்தது. சார், கீழ்க்கிளையைப் பிடித்துக்கொண்டு மேல் கிளைக்குத் தாவினார். வசதியாக ஒரு கிளையில் சாய்ந்து கொண்டு துப்பாக்கியை மேல் நோக்கிப் பிடித்தார். குயில் எங்கே விழுமென்று பார்த்துக்கொண்டே இருந்தார்கள். ஆனால் எதிர்பாராதவிதமாகச் சிறகை படபடவென்று அடித்துக்கொண்டுபோய் குளத்தில் விழுந்தது. உயிர் இன்னும் போகவில்லை. தலையறுத்துப் போட்ட கோழி மாதிரி எழும்பியெழும்பி அல்லி இலைகளில் விழுந்து புரண்டு கொண்டே இருந்தது. சோகம் கப்பிய காட்சி. எத்தனை துரதிர்ஷ்டமான சாவு. உடல் பிய்ந்து போவது மாதிரி கணமும் ஓயாது, சிறு இறகுகளைப் பறக்க அடித்துக்கொண்டு கூவியது.

'குயில் நடுக்குளத்திலே விழுந்துடுச்சே' சார்தான் சொன்னார்.

'இருந்தா என்ன சார், இதோ நான் எடுத்தாந்துடறேன்'

சட்டையைக் கழட்டி, தங்கையாவிடம் கொடுத்துவிட்டுத் தண்ணீரில் இறங்கினான் கோபால். முன்னே பரந்து கிடந்த, வழியை மறைத்த அல்லிக் கொடியைத் தள்ளிக்கொண்டே குயிலை நோக்கி முன்னேறினான். குயிலின் உயிர் மெல்ல மெல்லப் போய்க் கொண்டிருந்தது. ஆனாலும் படபடப்பு நிற்கவே இல்லை. பந்து மாதிரி எழும்பி இன்னொரு இலையில் வீழ்ந்தது. அதைப் பார்த்ததும் சிரித்து விட்டான் கோபால். குண்டு பட்டு விழுந்த எத்தனையோ குயிலை அவன் பார்த்திருக்கிறான். ஆனால் ஒன்று கூட உயிரோடு அத்தனை வலுவாக, உக்கிரமாகப் போராட்டம் நிகழ்த்தியதில்லை. குண்டு பட்டதும் உயிர், ஊசி குத்தின பலூன் மாதிரி பொசுக்கென்று போய்விடும்.

நான்கு நாட்களுக்கு முன்னே நெட்டிலிங்க மரத்திலேயிருந்த குயில் குண்டு பட்டதும், பூவரசு மரக்கிளையிலே தொத்திக் கொண்டு விட்டது. உச்சிக்கிளை; ரொம்பச் சிறிய கிளை. ஏறி யெடுக்க ஒருத்தருக்கும் தைரியமில்லை. சார் சுற்றும்முற்றும் பார்த்தார். இன்னொரு குண்டு சுட்டுக் கீழே தள்ளி விடலாம் என்று ஒரு நினைப்பு. துப்பாக்கியிலே மருந்து போட்டுக் கிட்டிக்க ஆரம்பித்ததும் கோபால் எதற்கென்று துருவித் துருவிக் கேட்டான். 'செத்த குயிலைச்சுட' என்றதும் அவனுக்குச் சிரிப்பு வந்துவிட்டது. பக்கென்று பெரிதாகச் சிரித்தான்.

'இதோ சார் ஒரு நிமிஷத்திலே கொண்டாந்துடறேன்' கோபால் தாழ்ந்த கிளையைப் பற்றி ஏறினான். கிளைக்குக் கிளை தாவி உச்சிக்குப் போகையில் சார் கத்தினார். 'பத்திரம், மேலே

ஏறாதே, கையைப் பிடிச்சிருக்கியே அந்தக் கிளையை ஆட்டு; குயில் விழுந்திடும். ஜாக்கிரதை! கெட்டியா பிடிச்சுக்கோ’

அவர் பக்கம் திரும்பி லேசாகப் புன்னகை பூத்தான் கோபால்.

‘பெரிய கோயில் தங்கக் கலசம் நல்லாத் தெரியுது சார்’ என்று சொல்லிக்கொண்டே இன்னொரு கிளைக்குத் தாவினான். கீழே ஆறு; மேலே குயில். கிளை முறிந்தால் ஆற்றிலேதான் விழ வேண்டும். நான்கு வயதிலிருந்து காவிரியில் விழுந்து வளர்ந்திருக்கிறான். எத்தனையோ சுழல், மடு எல்லாவற்றையும் பார்த்தாகிவிட்டது. கீழ்க்கிளையிலிருந்து ஒரு தாவுத்தாவிக் குயிலைப் பற்றிக் கொண்டு கரணம் போட்டான். சார் அப்படியே திகைத்துப் போய்விட்டார். ‘ஆ’ என்று தங்கையா கூச்சலிட்டான். தண்ணீரிலே விழுந்த இரண்டு நிமிஷத்திற்கெல்லாம் இடது கையில் குயிலோடு கரையேறி வந்தான் கோபால். அவன் அதரங்களில் புன்னகை நெளிந்தோடிக் கொண்டிருந்தது.

மாலைவேளை குளிர் வந்துவிட்டது. குயிலைத் தங்கையா விடம் கொடுத்துவிட்டு மஞ்சள் வெய்யிலில் போய் நின்று கொண்டான்.

சாருக்கும் அவனை ரொம்பப் பிடித்துப் போய்விட்டது. எப்பொழுதும் அவன் அவர்கூடத்தான். லீவு விட்டால் அவர் வீட்டில் இருப்பான். சாப்பாடுகூட சார் வீட்டில்தான். ஆனால் அவன் கவுச்சி சாப்பிடமாட்டான். அதைப் பற்றி யாராவது கேட்டால் சிரிப்பான். அவன் வீட்டில் எல்லோரும் கவுச்சி சாப்பிடுவார்கள். ஆனால் அவன் மட்டும் நினைவு தெரிந்ததிலிருந்து சைவம். அம்மா அவனுக்காகத் தனியாகக் குழம்பு வைப்பாள். சார் கூட முதலில் அவன் சொன்னதும் நம்பவில்லை. அப்புறந்தான் அது நிஜமென்றதும் ஆச்சரியப்பட்டார். ‘முரண்பாடுகள் கொண்ட விசித்திரமான பையன்’ என்று சொல்லிக்கொண்டார். சில நாள் அவர் வீட்டிலேயே படுத்துவிடுவான். பாதி ராத்திரியில் எழுந்து பார்த்தால் இருக்க மாட்டான். ‘எங்கே போனாய்’ என்று கேட்டால் ‘மாட்டுக்கு வைக்கல் போடாம வந்துட்டேன் சார்; அதுக்குத்தான் போனேன்’ என்பான்.

இரண்டு வருடமாகப் பொத்திப் பொத்தி ஒருத்தருக்கும் தங்கையாவுக்குக்கூடக் காட்டாமல் வைத்திருந்த வௌவால் அடிக்கும் ஒற்றைத் தென்னை மரத்தைக் காட்டினான். குட்டைத் தென்னை; இருபதடிதான் இருக்கும். இலுப்பைக் காலத்தில் அங்கே தான் இரண்டு வௌவால் பழமடிக்கும். காலையில் போனால் மரக்காலில் முக்கால் மரக்கால் இருக்கும். இலுப்பைக்

கொட்டை எல்லோரும் ஆறு மரக்கால் விற்றால் கோபால் மட்டும் ஒரு கலம் விற்பான். அது ரகசியம்; யாருக்கும் தெரியாதது. அந்த ரகசியத்தைத்தான் இன்றைக்கு சாரிடம் விவரித்தான். நட்பு நிறைந்த மனத்தோடு உற்சாகம் பொங்கிப் பெருக வௌவால் வேட்டைக்கு அற்புதராஜை அழைத்தான்.

இரவு பத்து மணிக்கு மேல் வௌவால் வேட்டை தொடங்கியது. அதுதான் நேரம். பத்திலிருந்து மூன்று மணி வரைக்கும் வௌவால் சடசடவென்று பறந்து வந்துகொண்டிருக்கும். நொச்சிப் புதரையும், ஓணான் கொடியையும் தள்ளிக்கொண்டு தங்கையா விளக்கை அடிக்க, சாருக்குப் பின்னே கோபால் சென்றான். அற்புதராஜ் மாறி மாறி நின்று பார்த்தார். தங்கையா அவர் சொல்லியபடியெல்லாம் விட்டுவிட்டு டார்ச்சை அடித்தான். பழக்கமில்லா வேட்டை அது. இருளில் எப்படிச் சுடப் போகிறார் என்பது தெரியாமல் தவித்துக்கொண்டிருந்தார்கள்.

படபடவென்று ஒரு வௌவால் சிறகை அடித்துக் கொண்டு வந்து உட்கார்ந்தது. தென்னை மட்டைகள் லேசாக அசைந்தாடின. தங்கையா டார்ச்சடித்தான்.

‘அதோ சார்’ உற்சாகத்தோடு கூச்சலிட்டான் கோபால்.

‘சார், சார், பாருங்க எம்மாம் பெருசு.’

‘சப்தம் போடக் கூடாது’ என்று அவனை அடக்கினார்.

டார்ச்சு ஒளி வீசியது. இரண்டு வௌவால்கள்; பழந்தின்னி வௌவால்களில் கோபால் அவ்வளவு பெரியதைப் பார்த்ததே இல்லை. ‘முக்கால் மரக்கால் கொட்டை போடுகிறதே அது இது தானோ’ என்று எண்ணமிடலானான்.

‘சுடுங்க சார், சீக்கிரம்; பறந்துடப் போவுது’ சாரை அவன் தூண்டிவிட்டான். டார்ச்சு தங்கையாவிடமிருந்து கைமாறியது. சார் சொல்லியபடி கையசைக்காமல் நிலை குத்திட்டபடியே முழு வெளிச்சமும் வௌவால் மீது விழாமல் பிடித்தான். ‘கோபால், வெளிச்சம் அப்படித்தானிருக்க வேண்டும்; நல்ல வெளிச்சத்தில் வௌவால் இருக்காது. ஏதோ ஆபத்தென்று பறந்துவிடும்’ – சார் பின்னால் இதையெல்லாம் அவனுக்குச் சொன்னார்.

அற்புதராஜ் மரத்தடியிலிருந்து வெளியே வந்தார். கோபாலுக்குச் சற்று அருகே வந்ததும் அவர் துப்பாக்கி உயர்ந்தது; ஒரு நிமிஷம் ஆழ்ந்த அமைதி. அப்புறம் படீரென்று துப்பாக்கி வெடித்தது. மரத்தோடு வழுக்கிக்கொண்டு இரண்டு வௌவால்கள் விழுந்தன. இரண்டும் அவனுக்குத்தான். சார் எடுத்துக்கொண்டு

போகவில்லை. அதற்குப் பிறகு சுட்டதைக் கூட அவர் வீட்டிற்குக் கொண்டுபோகவில்லை. அவர்கள் எவ்வளவோ கெஞ்சிப் பார்த்தார்கள். சார் சிரித்துக்கொண்டே மறுத்துவிட்டார்.

அடுத்த நாள் இருள் பிரியும் முன்னே மரக்காலை எடுத்துக் கொண்டு கோபால் தென்னை மரத்தடிக்குச் சென்றான். ஒரு கொட்டைக் கூட இல்லை. அவன் திடுக்கிட்டுப் போய்விட்டான். அப்புறம் கொஞ்சம் கொஞ்சமாக அனைத்தும் நினைவிற்கு வந்தன. சாருக்குச் சொல்லியிருக்கக் கூடாது என்று தோன்றியது. உடனே கன்னத்தில் போட்டுக்கொண்டான். தவறு செய்து விட்டதைப் போல மனம் குன்றியது. முற்றிலும் மாறான உணர்வுகள். தலைக்கு மேலே இனிமேல் ஒரு போதும் வௌவால் சிறகையடித்துக் கொண்டு போகாது. மரக்காலைக் கவிழ்த்து உட்கார்ந்து கொண்டான். ரொம்ப நேரம் தங்கையா வந்து கூப்பிடுகிற வரையிலும் அவன் அப்படியே அமர்ந்திருந்தான்.

மூன்று நாட்களுக்கப்புறம் அவனுக்கு வேறொரு மரம் கிடைத்துவிட்டது. செங்கழுநீர் மரத்தில் வௌவால் அடிப்பதைக் கண்டுபிடித்தான். ஆனால் எட்டு நாட்களுக்குப் பிறகு சார் துப்பாக்கிக் குண்டுக்கு அந்த வௌவால் விழுந்தது, ஒரு பக்கத்து இறக்கையில்லாமல். குண்டு இறக்கையைப் பிய்த்துக்கொண்டு போய்விட்டதாக சார் சொன்னார்.

அன்றைக்குத் தங்கையா, ‘சார், எங்கக்கா ரெண்டு குயில் கேட்டுச்சு சார்’ என்று கேட்டிருந்தான்.

அற்புதராஜ் தலையசைத்து மெல்லப் புன்னகை பூத்தார். ஓரோர் சமயம் தங்கையா வீட்டுப் பக்கமாக அவர் போவார். அவன் அக்கா வாசலில் நின்றிருந்தால் வெடுக்கென்று உள்ளே ஓடிவிடுவாள். அவள் கேட்ட குயிலுக்காகத்தான் போய்க் கொண்டிருந்தார்கள்.

ஆற்றங்கரையைக் கடந்து வெட்டாற்றுக்கு வந்தாகி விட்டது. ஒரு குயில்கூடக் கண்ணில் தட்டுப்படவில்லை. போன இடமெல்லாம் கொக்கும் மடையானுந்தான். இரண்டு மணிப்புறா; செம்போத்தும்கூடப் பறந்து சென்றன. ஆனால் சார் ஒரு தோட்டாக் கூடச் சுடவில்லை. பொறுமையாக அலைந்துகொண்டிருந்தார். அவையாம்பாள் தோட்டத்தைத் தாண்டி மணிக்கிராமத்திற்கு வந்துவிட்டார்கள். எல்லாருக்கும் தெரியும். அது மண்வெளி; உழமண் பூமி, எட்ட எட்ட மரங்கள்; கொக்கு, குருவிகள்கூடக் குறைச்சல்தான்; குயில் அநேகமாக ஒன்றுகூட இருக்காது.

'யாரு முகத்திலே விழிச்சமோ?' வருத்தத்தோடு சொல்லிக் கொண்டே வந்தான் கோபால்,

'அக்கா போகும்போதே எங்கேடா போறேன்னு கேட்டுச்சு; அதான்' என்றான் தங்கையா.

எல்லோருக்கும் முன்னே சென்றுகொண்டிருந்த அற்புதராஜ் நின்றார். பையன்களின் நிராசை நிரம்பிய பேச்சு முடிவுற்றது. அவர்கள் பார்வையும் புன்னை மரத்தை நோக்கிச் சென்றன. இரண்டு குயில்கள்; புள்ளியும் கறுப்புமாக; ஆணும் பெண்ணும். சார் துப்பாக்கியைத் தூக்கிப் பிடித்தார். நிச்சயம் ஒன்று விழும். எந்தப் பக்கமாக என்று நோட்டம் விட்டான் கோபால்.

ஆண் குயில் கீழ்க் கிளையிலிருந்து மேல் கிளைக்குத் தாவியது. குறி தப்பிவிட்டது. அற்புதராஜ் துப்பாக்கியைக் கீழே இறக்கினார். இரண்டடி பின்வாங்கி நெட்டிலிங்க மரத்தில் சாய்ந்தார். மேல் கிளைக்குத் தாவிய குயில் தலையசைத்துச் சன்னக் குரலில் கூவியது. அழைப்பிற்குச் செவிசாய்த்துப் பெண் குயில் சற்றே முன்னேறியது. ஆண் குயில் மேல் கிளையிலிருந்து சர்ரென்று வந்து பெண் குயிலோடு அமர்ந்தது.

சார் சாய்ந்தபடியே நின்றார். துப்பாக்கி மேலே உயரவில்லை. துப்பாக்கியைத் தோளில் மாட்டிக்கொண்டார்.

அன்றைக்கு ஒன்றும் வேட்டையில்லை; வெறும் கையோடு திரும்பினார்கள். அதுதான் முதல் தடவை. குயில் பக்கத்திலிருந்தும் சார் ஏன் சுடாமல் விட்டார் என்பது இரண்டு பேருக்கும் விளங்கவே இல்லை. கோபால் பொறுத்துப் பொறுத்துப் பார்த்தான். அவனால் தாள முடியவில்லை. கடைசியாகச் சாலைக்கு வந்தப்புறம் 'ஏன் சார் குயிலைச் சுடாம விட்டீங்க' என்று கேட்டான்.

அற்புதராஜ் முறுவலித்தார்.

அடுத்த வாரம் சுட்ட நாலு குயிலையும் தங்கையாதான் எடுத்துக்கொண்டு போனான். அதிலே அவனுக்கு ரொம்பத் திருப்தி.

'உங்க சாரா நாலு குயிலையும் ஒரே நாளில் சுட்டாங்கன்னு அக்கா கேக்குது சார்... அதுக்கு ஒண்ணும் தெரியாது சார்... உங்க சார் நல்லா சுடுவாரா? எத்தனை தடவை குறி தப்பும்ன்னு கேட்டுது சார். அதுக்கு ஒண்ணும் தெரியாது சார்'

அதற்கு அற்புதராஜ் பதில் சொல்லவில்லை.

பேசுவதைவிட சார் சிரிக்கிறதுதான் ரொம்ப. ஆனாலும் அவனுக்கு நினைவு வந்தது. ஒருநாள் சரஸ்வதி டீச்சர் என்னமோ இங்கிலீஷில் சொல்லிவிட்டுத் தலையைக் கவிழ்த்துக்கொண்டு சிரிச்சாங்க. சார் கொஞ்சங்கூடச் சிரிக்கலே, அது ரொம்ப ஆச்சரியந்தான். அவர் பாட்டிற்கு எழுதிக் கொண்டேயிருந்தார். அதிலேர்ந்து சரஸ்வதி டீச்சர் சார்கிட்டே பேசறதில்லை.

தங்கையா வீட்டுப்பக்கம் வந்து விட்டால் சாருக்குச் சிரிப்பு வந்துவிடும். தலை குனிந்து கொண்டு சிரிப்பார். கண்கள் சன்னலை நோக்கி அலைபாயும். ஆனால் ஒரு நிமிஷம் அங்கே நிற்கமாட்டார். விர்விர் என்று நடைதான்.

சர்ச்சுக்குச் செல்லுகையில் தங்கையா ஓடி வந்து சொன்னான், ‘உங்க சார் எதுக்குடா இப்படி ஓடுறார்ன்னு அக்கா கேட்டுச்சு சார். எனக்கு ரொம்பக் கோபம் வந்துடுச்சு; தினம் தினம் இப்படித்தான் உங்களைக் கேலி பண்ணுது. இன்னைக்குச் சரியா மாட்டிகிச்சு; முதுகிலே நல்லா ஒரு குத்து விட்டுட்டு ஓடியாந்துட்டேன் சார். அதோ பாருங்க குனிந்துகொண்டே போறதெ’ என்று அக்காவைக் காட்டினான்.

சார் கேட்டார்: ‘அக்காவை அடிக்கலாமா’

‘அது உங்களை மட்டும் கிண்டல் பண்ணலாமா சார்’

‘கூடாது தான்’ அற்புதராஜ் மெல்லத் திரும்பி அன்போடு அவன் கரத்தைப் பற்றிக்கொண்டார். ஆனால் அவனிடம் சொல்ல விரும்பியதையெல்லாம் அவர் சொல்லவில்லை. இரண்டு நாட்களுக்கு அந்தப் பக்கம் போவது நின்றுபோய்விட்டது. சர்ச்சில் அவள் உணர்த்திய ஆதரவான குறிப்புகளால் அவர் கிளர்ச்சியுற்றார்.

மாடவீதியோடு போகையில் கிருஷ்ணன் வந்து சேர்ந்தான். அவன் ஆறாம் வகுப்பு. தங்களோடு அவனைச் சேர்த்துக் கொள்ள இருவருக்கும் விருப்பமே இல்லை. ஐயர் வீட்டுப் பையன் அதற்கெல்லாம் சரிப்படாது என்று ஒதுக்கினார்கள். ஆனாலும் சார்கிட்டே பசைமாதிரி எப்படியோ ஒட்டிக் கொண்டுவிட்டான். விருப்பம் இருந்தாலும் இல்லாவிட்டாலும் அவன் கூட்டாளிதான். கல் அடிப்பதிலே அவன் சூரன். கோபால்கூட அவன் கல் விடுவதைப் பார்த்து அசந்து போனான். அவன் திறமை வெகுவாக எல்லாரையுமே கவர்ந்தது.

கோபால் சாரிடம் சொன்னான், 'நம்ப கிருஷ்ணன் மாதிரி ஒரு பயலும் கல்லு விடமுடியாது சார். ஒரு கல்லாலே இரண்டு தேங்காயை விழ வைச்சுட்டான் சார்.'

சார் அவனைத் தட்டிக் கொடுத்தார். இரண்டு, மூன்றாகி விட்டது.

தெற்கே வேட்டைக்குப் போவதாகத் திட்டம். கோபால் சொன்னான், 'கொக்கு ரொம்ப வந்திருக்காம், சோமு படையாச்சி பரி போட்டிருக்கிற பிள்ளையார் வடிகாலில் ஏராளமான கொக்காம்.'

மழை பொழிந்து விட்டிருந்தது. நண்டு நத்தையெல்லாம் ஊரும். வரப்பிலே நடக்கமுடியாது; சதசதவென்று சேறு. தண்ணீர்ப் பாம்பு வேறு கிடக்கும். கொக்கு மடையானுக்கு அதுதான் காலம். குளத்தையும் வயல் வெளியையும் சுற்றிச் சுற்றி வரும். குளத்திலே பெரிய விரால்கூட மேலே வரும். குஞ்சுகளுக்குப் பாதுகாப்பாய், துணையாய் வந்து மேய்வது பார்ப்பதற்கு ரொம்ப அழகு. அப்பொழுது மீனைச் சுடலாம். சார் மீனைக்கூடச் சுடுவார். தண்ணீரிலும்கூட அவர் குறி தப்பாது. அவர்களுக்கென்று இரண்டு விராலைச் சுட்டார். கோபாலும் தங்கையாவுந்தான் எடுத்துக்கொண்டு போனார்கள்.

காவிரிக்கரை நெட்டிலிங்க மரத்தில் குயில் தெரிந்தது. கோபால்தான் பார்த்தான்.

'சார்'

'சுடணுமா'

'பாருங்க சார், எம்மாம் பெரிசு. நாம குயில் சுட்டுக்கூட ரொம்ப நாளாச்சு சார்'

'சுடுங்க சார்'. எல்லோரும் சேர்ந்து சாரை இணங்க வைத்தார்கள். அதிலே அவர்களுக்கு ரொம்ப மகிழ்ச்சி. குயிலும் ஆடாமல் அசையாமல் அப்படியே இருந்தது. குண்டு பட்டதும் படபடவென்று சிறகை அடித்துக்கொண்டு போய் அக்கரையில் விழுந்தது.

'அக்கரைக்குப் போயிடுச்சே' என்றான் கிருஷ்ணன்.

'போனா என்ன' கோபால் தலையைச் சிலுப்பிக்கொண்டு நகைத்தான். மேல் சட்டையைக் கழட்டிப் போட்டு விட்டுப் பத்தடி பின்னுக்கு வாங்கி ஓடிவந்து கரணமடித்தான். தண்ணீர் நாலாப்

பக்கமும் சிதறித் தெறித்தது. உள்ளுக்குள்ளேயே சரசரவென்று போவது மாதிரி நீர் சுழித்தது. அதோ அதோ என்று கைகாட்டினான் கிருஷ்ணன். நிமிஷம் ஒன்றாச்சு, இரண்டாச்சு, மூன்றாச்சு...

'அங்க... அதோ...' கரகரவென்று சுழிக்கும் நீரைச் சுட்டிக் காட்டினான் கிருஷ்ணன்.

அற்புதராஜ் ஆற்று நீரை ஊடுருவி நோக்கினார். அப்புறம் அவர் பார்வை எதிர்கரைக்குச் சென்றது. விழுந்ததிலிருந்து அசைவற்றுக் குயில் அப்படியே கிடந்தது. சாரின் பார்வை பரபரவென்று சுழன்றது. மனத்திலே தவிப்பு. ஏதோ கைநழுவி விட்டதைப்போல ஒரு நினைப்பு. சட்டையைக்கூடக் கழற்றாமல் ஆற்றில் இறங்கினார். இரண்டு பேருக்கும் ஒன்றும் விளங்கவில்லை.

'எதுக்கு சார்'

அற்புதராஜ் சற்றே திரும்பிப் பார்த்துவிட்டு மேலே மேலே தண்ணீருக்குள் சென்றார். ஒரு மணி நேரம்போல் இடை விடாத தேடல்; ஒவ்வொருவராக ஆள் சேர்ந்துவிட்டார்கள், நாற்பது, ஐம்பது பேர்போல; அவன் கிடைக்கவில்லை. எட்ட எட்ட ஒவ்வொருவராக நகர்ந்துகொண்டிருந்தார்கள். இரண்டு மணி நேரத்திற்குப் பிறகு புங்கமரக் கிளையில் தலை செருகிக் கிடந்தவனை அற்புதராஜ் மேலே தூக்கிக்கொண்டு வந்தார். அவர் கண்களில் துளும்பிய கண்ணீர் பொலபொலவென்று கொட்டிக்கொண்டேயிருந்தது.

நீர் விழியை மறைக்கமெல்லத் தலையுயர்த்தி, தங்கையாவையும், கிருஷ்ணனையும் பார்த்தார். இருவரும் கோவென்று கதறியபடியே சாரைக் கட்டியணைத்துக் கொண்டார்கள்.

அற்புதராஜ் நிலைகுலைந்து போனார். அவர் வாயிலிருந்து ஒரு வார்த்தையும் வரவில்லை. வாழ்க்கை வெறிச்சோடி சோபை இழந்து விட்டதுபோல அவருக்குத் தோற்றமளித்தது. கோபாலைப் பற்றி வீரஞ்செறிந்த அபூர்வமான நினைவுகள் மேலெழுந்து அழுத்தின. அவர் வேட்டைக்குப் போகவில்லை. பள்ளிக்கூடமும் போகவில்லை. பிரமை பிடித்தவர் மாதிரி இருந்தார். வீட்டிற்குள்ளேயே எப்பொழுதாவது எழுந்து நடப்பார். மற்ற நேரமெல்லாம் தலை கவிழ்த்தபடியே நாற்காலியில் உட்கார்ந்திருப்பார்.

நினைவு தெரிந்த பிறகு முதன் முதலாகச் சர்ச்சுக்குப் போவதை நிறுத்திவிட்டார்.

சாரைக் காணாமல் இரண்டுபேரும் தவித்துப்போனார்கள். கூடிக்கூடி யோசனை பண்ணிப்பார்த்தும் ஒன்றும் தெரியவில்லை. நான்கு நாட்களுக்கப்புறம் துக்கம் மனத்தை அழுத்த சார் வீட்டுப் படியேறி உள்ளே சென்றார்கள். துப்பாக்கி தலைகீழாகத் தொங்கிக்கொண்டிருந்தது. சார் உள்ளங்கையில் முகத்தைப் புதைத்தபடியே உட்கார்ந்திருந்தார்.

கலவரமுற்ற நிலையில் சாரை அழைத்தார்கள். குரல் கேட்டு சார் மெல்லத் தலையுயர்த்திப் பார்த்தார். என்றைக்கும் போல் புன்முறுவலில் முகம் மலரவில்லை. மௌனமாகத் தலையசைத்து வரவேற்றார்.

'உங்களை ஒரு வாரமா காணுமே சார்'

அற்புதராஜ் எழுந்தார்.

'அக்காகூட உங்களைக் கேட்டுச்சு'

சார் நிமிர்ந்து பார்த்தார்.

●

நிழல்

ஆற்றில் தண்ணீர் வற்றி மணல் நிறைந்திருந்தது. இரு பக்கங்களிலும் சற்றே உயர்ந்த மணல் பரப்பு நடுவில் குறுகிப் பொடி மணல் நிறைந்திருந்தது. வண்டிகள் குறுக்காகச் சென்றதன் தடம் மணல் வெளியில் அழுந்தித் தெரிந்தது. அந்தத் தடத்திலேயே மணலில் காலை அழுத்தி அழுத்தி வைத்து ராமு சென்றுகொண்டிருந்தான்.

அவன் தலையில் ஒரு வாழைச் சருகுக்கட்டு. நீட்டு வாக்கில் உலர்ந்த வாழை இலைகளை ஒன்றன் மீது ஒன்றாக வைத்துக் கவனத்தோடு அடுக்கி உருட்டி வாழை நார் கொண்டு அழுத்திக் கட்டிய கட்டு ஓர் உருளை மாதிரி அவன் தலையில் கனத்துக் கொண்டிருந்தது. தோளில் இரண்டு இளநீர்; பெரிய பச்சை இளநீர். ஒன்றின் நாரைக் கொஞ்சம் பிய்த்து இன்னொன்றோடு இணைத்துத் தோளில் மாட்டியிருந்தான். கால் மணலில் பொதிந்து அழுந்தி மீண்டும் பெயர்கையில் இளநீர் மார்பிலும் தோளிலும் வேகமாக இடித்தது. அந்த வலியைவிட இப்படியே ஆடிக்கொண்டிருந்தால் நார் பிய்ந்து அக்கரை செல்வதற்குள் கீழே விழுந்துவிடுமோ என்பது இவனுக்குப் பெரிதாக இருந்தது. வலது கையை வாழைச் சருகுக்கு இணக்கமாக வைத்து இடது கையால் மார்புப் பக்கத்து இளநீரைத் தாங்கிக் கொண்டு, கால்களை மணலில் ரொம்பவும் பதியாமல் எடுத்து வைத்தான். ஆனாலும் முதுகுப் பக்கத்து இளநீர் மோதி ஆடி நார் கிழியக் கீழே சரிந்தது. இவன் திடீரென்று கால்களை நன்றாக அழுத்தி ஊன்றி

நடக்க ஆரம்பித்தான். கால்கள் மணலில் பதிந்து பெயர்ந்தன. எலும்புத் துண்டொன்று மணலிலிருந்து லேசாகத் தலையைக் காட்டியது. இவன் அதை எத்தித் தள்ளிக் கால் வைத்து அழுத்தி மிதித்துச் சென்றான்.

நார் பிய்ந்துகொண்டே வந்த இளநீரின் அடிப்பாகம் கொஞ்சம் இறுக்கத்தோடு இருந்தது. இப்படியே இருந்தால் அக்கரைக்குச் சென்று விடலாம் என்று இவனுக்குப் பட்டது. சிறிது தூரம் நடந்தான். மணல் பொதியாகி வேகத்தைக் குறைத்தது; நடை தடைப்பட்டது. கால்கள் மணலில் பதிந்தபடி இருக்கத் தலையைப் பின்னால் திருப்பிப் பார்த்தான். ஆறு வெறும் மணலாக இருந்தது. கரையையொட்டி ஒரு எருமை மேய்ந்து கொண்டிருந்தது. இவன் பார்வை திரும்பி எதிர்க்கரைக்குச் சென்றது. ஒரு பருந்து இவன் செல்லும் திசையில் நிதானமாகப் பறந்து கொண்டிருந்தது. இவன் அதையே பார்த்துக்கொண்டு இருந்தான். அதன் வேகம் வர வரக் குறைந்து வருவதுபோல் இவனுக்குப் பட்டது.

தடைப்பட்டிருந்த கால்கள் மீண்டும் நடக்க ஆரம்பித்தன. ஆற்று மணலில், அவன் சிறுபாதங்கள் சுவடுகளைப் பதித்துச் சென்றன. இவன் நடக்க நடக்க மணல் மாறிக்கொண்டே வந்தது. பொடி மணல் மாறிப் பெருமணல், சிறு கற்கள், எலும்புத் துண்டுகள், கோரைப் புற்கள். இவன் சறுகலான கரையில் கால் வைத்தான். கால்கள் பதியவில்லை. நடப்பது கஷ்டமாக இருந்தது. வண்டிகள் ஏறியும் இறங்கியும் பாதை சறுகலாக இருந்தது. ஒவ்வொரு அடியையும் வெகு கவனத்தோடும் நிதானத்தோடும் எடுத்து வைத்தான். மேலே செல்லச் செல்ல முதுகுப் பக்கத்து இளநீரின் நார் பிய்ந்து வந்தது. இன்னும் கொஞ்ச தூரம் போனால் கரை வந்து விடும். கரையில் உட்கார்ந்து இளநீரை மீண்டும் கோர்த்துக் கொள்ளலாம்

இவன் இன்னுமொரு அடி எடுத்து வைத்தான். இளநீர் அறுந்து உருண்டது. இவன் தடுமாறிப் போனான். முட்டி போட்டுக் கால்களை மடித்து, கைகளை ஊன்றி ஒருவாறு தன்னைச் சமாளித்துக்கொண்டான். ஒரு பக்கமாகச் சரிந்த வாழைச் சருகுக் கட்டை நேர் செய்துகொண்டான். இவன் பார்வை இளநீரை நோக்கித் திரும்பியது. இரண்டு இளநீர்களும் பத்தடி இடைவெளிக்கு ஒன்றாய்க் கிடந்தன. தலையிலிருந்து சருகுக் கட்டை இறக்கிக் கக்கத்தில் அடக்க முடியாமல் அடக்கிக்கொண்டு ஆற்றுக்குள் இறங்கினான்.

சருகுக் கட்டை மணலில் போட்டுவிட்டு ஒரு இளநீரை யெடுத்து வந்து மற்றொன்றின் பக்கத்தில் போட்டுக் கொண்டான்.

மணலில் நன்றாகக் கால்களைப் பரப்பி உட்கார்ந்து ஒரு இளநீரையெடுத்து தலையைச் சாய்த்து நுனிப்பல்லால் கொஞ்சம் ஆழமாகக் கடித்து நாரைக் கிழித்தான். நார் வந்தது. கால்களை முட்டிப் போட்டு இரு கைகளாலும் இளநீரை ஏந்திப் பற்றி நுனிப் பல்லில் நாரை இடுக்கிக் கொண்டு இளநீரைக் கீழே இழுத்தான். பட்டையாகக் கத்தியால் குத்திக் கிழித்தது போல் நார் வந்தது. ஒரு தரம் பார்த்துக் கொண்டான். இது போதும் போல் தோன்றியது. இரண்டாவது இளநீரைக் கையில் எடுத்துப் பார்த்தான். அதில் நார் இருந்தது. கட்டினால் தாங்கும். இவன் மீண்டும் இளநீரை ஒன்றாகப் பிணைத்தான். முடிச்சைப் பல்லால் கடித்து இறுக்கினான். இப்போது முனீஸ்வரன் மரம் வரையில் தாராளமாகப் போகலாம் என்று பட்டது.

மாமா சொன்னதைக் கேட்டிருந்தால் தன்னந்தனியாக ஆற்றில் நின்றுகொண்டு இருக்க வேண்டியதில்லை. சீனியிடம் இளநீரையும் வாழைச் சருகுக் கட்டையும் கொடுத்துவிட்டுக் கைவீசி வந்திருக்கலாம். அதில் இவனுக்கு இஷ்டமில்லை. தானே எடுத்துச் செல்ல வேண்டும் என்ற விருப்பம். மாமா சொன்ன சொல்லைத் தட்டிவிட்டு எடுத்துக் கொண்டான்.

இளநீரைக் கீழே போட்டு உட்கார்ந்து கொண்டான். கஷ்டத்திலும் சிரிப்பு வந்தது. இப்போதுதான் நினைவுக்கு வந்தது மாதிரி பையில் கையை விட்டுப் பார்த்தான். ஒரு கட்டுச் சுருட்டு; கிடா மார்க் சுருட்டு. எத்தனைச் சுருட்டுக்கள் இருக்கும்? இவன் எண்ணவில்லை. ஆனாலும் பத்துப் பன்னிரண்டு இருக்கும்போல் தோன்றியது. பையில் கவனமாகச் சுருட்டைத் திணித்துக் கொண்டான். தான் சீக்கிரம் போகவேண்டும்–எவ்வளவு சீக்கிரம் முடிகிறதோ அவ்வளவு சீக்கிரமாகப் போகவேண்டும் என்று இவனுள் ஒரு பரபரப்பு மூண்டது.

சருகுக் கட்டை ஒரு கையால் பற்றி நடக்க ஆரம்பித்தான். கால்கள் மணலில் பதிய, நடையின் வேகம் குறைந்தது. ஒவ்வொரு அடியையும் வெகு நிதானமாக எடுத்து வைத்தான். மேலே போகப்போக முழுப்பாரமும் கையில் இறங்குவது போல் இருந்தது. சருகுக்கட்டை வாயில் கவ்வி இடது கைக்கு இளநீரை மாற்றிக் கொண்டான். இன்னும் கொஞ்ச தூரந்தான்.

இந்த மேடு ஏறிவிட்டால் ஒரு இறக்கம். நல்ல இறக்கம். கீழே போவது கஷ்டமில்லை. கால்கள் தானாகவே ஓடும். இவனுக்கு அந்த ஓட்டம் பிடிக்கும். பள்ளிக் கூடம் விட்டு வந்ததும் அப்படித்தான் சறுக்கி ஆடுவான். இப்போது அம்மாதிரிச் சறுக்கிச் செல்ல முடியாது. இரண்டு கைகளிலும் பளு இருக்கிறது. திரும்பும்போது நன்றாக ஓடி வந்து சறுக்கிக்கொண்டு வர வேண்டும்.

இவன் கால்களை நன்றாக ஊன்றி இடுப்பை வளைத்து மெல்ல மெல்ல ஒவ்வொரு அடியாக எடுத்துவைத்துக் கரைக்கு வந்தான். மூச்சு வாங்கியது. இளநீரைக் கீழே வைத்தான். அதன் மேல் சருகுக்கட்டு. ஒரு கையால் இன்னொரு கையைப் பிடித்துக் கொண்டான். இப்போது தன் கையிலிருந்து வலி இறங்கி எங்கோ செல்வது போல் இவனுக்குத் தோன்றியது. புன்சிரிப்பு இதழ்களில் அரும்ப, பார்வை ஆற்றங்கரையில் விழுந்தது. ஒரு தயிர்க்காரி எதிரே வந்துகொண்டிருந்தாள்; அவள் ஊருக்குள் செல்ல வேண்டும். இவனோ ஊரின் எல்லைக்குச் செல்லவேண்டும்.

இவன் பார்வை இந்தப் பக்கமாகத் திரும்பியபோது சுடுகாட்டு அரசமரத்தில் ஒரு பழுப்பு நிறக் கழுகு கழுத்தை நீட்டி இவனையே பார்ப்பது மாதிரி உட்கார்ந்திருந்தது. இவன் மனத்தில் இனந் தெரியாத உணர்ச்சி பரவியது. கழுகு மீதிருந்து பார்வை அகன்று ஆற்றுப் பக்கம் சென்றது. மணல் நிறைந்த ஆற்றில் தயிர்க்காரி கை அலைய அலைய நடந்து சென்றாள். இவன் என்ன செய்வதென்று யோசித்துக்கொண்டிருக்கையில் காற்று கிளம்பி மணலையும் தழைகளையும் வாரிக்கொண்டு சுழன்று மேலே சென்றது.

'–க்கீ' என்று கத்திக்கொண்டு கழுகு சிறகுகளை அடித்துப் பறக்க ஆரம்பித்தது. இவன் மிகுந்த விசித்திரத்தோடு கழுகு போவதையே பார்த்துக்கொண்டிருந்தான். இவன் செல்லும் பாதையில் சுடுகாட்டை ஒட்டியே கழுகும் பறந்துகொண்டிருந்தது. கொஞ்ச நேரம் கழுகையே பார்த்துக்கொண்டிருந்தான். நீளமாகப் பயணத்தைத் துவக்கிய கழுகு திசைமாறி மேலே போவதுபோல் இவனுக்குத் தோன்றியது. கைகளை உதறிச் சருகுக் கட்டையெடுத்துத் தலையில் வைத்துக்கொண்டு – இளநீரைத் தோளில் மாட்டிக்கொண்டே சாலையில் இறங்கி நடக்கலானான். குறுகலான சாலையை நொச்சியும் கல்யாண முருங்கையும் அடைத்திருந்தன. கல்யாண முருங்கையின் செந்நிறப் பூக்களை மேய்ந்து கொண்டிருந்த வெள்ளாடு இவனைக் கண்டதும் மெல்லக் கத்திச் சுடுகாட்டை நோக்கி வேகமாக நடைபோட்டது.

சுடுகாட்டைப் பார்க்காமல் நடக்க இவன் மனம் விரும்பியது. ஆனாலும் பார்வை இவனையும் அறியாமல் அந்தப் பக்கம் சென்றது. பார்ப்பான் சுடுகாட்டில் பிணம் வேகுவது போல் இருந்தது. சட்டென்று பார்வையைத் திருப்பிக்கொண்டான். நடை துரிதமாயிற்று. மார்பிலும் தோளிலும் இளநீர்கள் இடிக்க இடிக்க – அநேகமாக ஓடுவது மாதிரி சென்றான்.

சிறிது தூரம் சென்றதும் அடிவயிறு வலிப்பதுபோல் இருந்தது; நடையின் வேகம் குறைந்தது. நின்று இளைப்பாறிக்

சா. கந்தசாமி

கொண்டான். மீண்டும் நடக்க ஆரம்பித்தபோது பாதை நீண்டு கொண்டு போவது போல இருந்தது. வண்டியில் சாய்ந்து உட்கார்ந்து சுகமாக வந்திருக்கலாம் என்ற நினைப்பு வந்ததும் சிரித்துக்கொண்டான். இளநீரைக் கொஞ்சம் மேலாக இழுத்துப் போட்டுக்கொண்டான். குறுக்காக ஒற்றையடிப் பாதையில் ஏறி மரங்களையும் செடிகளையும் சுற்றிச் சென்றான். எருமை மந்தை தலையைத் தொங்கப் போட்டு மேய்ந்தபடி இருந்தது. அவைகளை அதட்டி ஓட்டிக் கொண்டு நடந்தான். தன் சப்தமே தனக்குத் தெம்பு தருவது போல் இருந்தது. இன்னும் உரத்த குரலில் மாடுகளை விரட்டிக்கொண்டு சென்றான். குறுக்கு வழி முடிந்ததுமே புளியமரங்களுக்குப் பின்னால் தன்னுடைய ஜனங்கள் நிற்பது இவனுக்குத் தெரிந்தது. நடையில் ஒரு துள்ளல் உண்டாயிற்று. வலது தோளிலிருந்து இடது தோளுக்கு இளநீரை மாற்றிக்கொண்டான். புளிய மரத்தைத் தாண்டி மண் நிறைந்த சாலைக்கு வந்தான்.

சாலையோடு சென்று கொண்டிருந்த ஒருத்தி இவனைப் பார்த்ததும் அடையாளங் கண்டுகொண்டு பெருமிதத்தோடு ‘இங்க அதைக் கொடு குழந்தே’ என்று கைகளை நீட்டினாள்.

இவன், ‘ஊஹூம்’ என்று மறுத்து வேகமாக நடை போட்டான். கொஞ்ச தூரத்தில் தண்ணீர்க் குடத்துடன் அக்கா சென்று கொண்டிருந்தாள். அவளைப் பிடிக்க இவன் நடை துரிதமாயிற்று. இவன் நெருங்க நெருங்க முனீஸ்வரன் மரத்தடியில் இருந்தவர்கள் எல்லோரும் நன்றாகத் தெரிய ஆரம்பித்தார்கள். பெண்கள் ஒரு பக்கத்தில் கூட்டமாக உட்கார்ந்து இருந்தார்கள் அத்தை எல்லோருக்கும் பூ கொடுத்தாள். பூஜைக்கு வேண்டிய காரியங்கள் தொடங்கிவிட்டன போல் இருந்தது. நடை மிகவும் வேகமாக – இவனுக்கே ஆச்சரியமளிக்கும் விதத்திலும் விழுந்தது.

அழகு குளத்து முகப்பில் இவனைக் கண்டதும், ‘நீயா இதையெல்லாம் தூக்கியாறே. வேற ஆளு இல்ல’ என்று கேட்டார்.

இவனுக்கு எரிச்சலாக இருந்தது.

‘இங்கக் கொண்டா’

‘வேண்டாம் தாத்தா’

‘என்ன வாணாம்’ அவர் கை இவன் பக்கம் நீண்டது.

இவன் உடலை நெளித்து முன்னால் சென்று, ‘இன்னும் வண்டி வர்லீயா தாத்தா?’ என்று கேட்டான்.

‘அதத்தானே பாத்துக்கிட்டு இருக்கேன். நீ வண்டியில வரேன்னு உங்க ஆயா சொன்னா. என்னாடான்னா நடந்து வர்றே’

இவன் ஆச்சரியமுற்றான். இவனுக்கு முன்னே புறப்பட்ட வண்டி. இன்னும் வந்து சேரவில்லை. நடந்து வந்துவிட்டான். இப்போது இளநீரும் வாழைச்சருகும் கனமே இல்லாமல் இருப்பது மாதிரி இவனுக்குத் தோன்றியது.

'எல, அந்த எலக்கட்ட இப்படிக் கொடு' அழகுவின் கரம் நீண்டு எடுத்துக் கொண்டது. இவன் திரும்பி அவரைப் பார்த்தான். பெரிய பற்கள் தெரியச் சிரித்தார். அவர் பல்லை உடைக்க வேண்டும் போல் இவனுக்கு இருந்தது. கூடவே இளநீரையும் பிடுங்கிக்கொண்டு விடுவாரோ என்ற பயமும் உண்டாயிற்று. இவன் ஓடுவது மாதிரியே வேகமாகச் சென்றான்.

குளித்துவிட்டுக் கரை ஏறிய பெரியம்மா, 'வாடா, நீயா இதைத் தூக்கியாறே. வேற ஆளு இல்ல –' என்று கேட்டாள்.

இவன் பெருமிதத்துடன் தலையசைத்தான்.

'கனமே இல்ல பெரியம்மா'

'உம்'

இவன் தலை குனிந்து கொண்டான்.

'இங்கே கொடு' இளநீரை எடுத்துக்கொண்டு, 'மாமா உன்னைத் தேடிக்கிட்டு இருக்காங்க. அதோ இருக்காங்க பாரு' என்று கையைக் காட்டினாள். இவன் தலை அசைத்தான். மாமா பக்கமாக நடந்தான்.

நீல ஜமக்காளம் விரித்து, கால் மேல் கால் போட்டுக் கொண்டு மாமா உட்கார்ந்திருந்தார். அவர் பக்கத்தில் இப்படியும் அப்படியுமாக ஒரு பத்துப் பன்னிரண்டு பேர்கள். நடுவில் ஒரு பெரிய வெள்ளித்தட்டு. அதில் வெற்றிலையும் சீவலும் நிரம்பி வழிந்தன.

ஆண்டி கை நிறைய சீவலை அள்ளிக்கொண்டே, 'வாங்க மாப்பிள, எங்க காணல –' இவனைப் பார்த்துக் கண்களைச் சிமிட்டினார்.

எல்லோருடைய பார்வையும் இவன் மீது விழுந்தது. இவனுக்கு வெட்கமாகப் போயிற்று. கண்களைத் தாழ்த்தி மாமாவைப் பார்த்தான். கீழ் உதட்டில் வெற்றிலை எச்சில் வழிய வழிய இவனைப் பார்த்துத் தலையசைத்தார். இவன் மெல்லப் பின்னுக்கு நகர்ந்தான்.

ஆண்டி இவன் கையைப் பிடித்திழுத்து, 'மாப்பிளக்கு வெக்கம் வந்துடுச்சு. இப்படிக் குந்து மாப்பிள' என்று தன் மடியில் உட்கார

வைத்துக் கொண்டார். அவர் கை இவன் தலையை வருடியது. இவன் அவர் கையில் சறுக்கிப்போகும் தங்கக் காப்பையே பார்த்துக்கொண்டிருந்தான்.

'அத்தான், சுருட்டு இருக்கா' இவன் மாமா கேட்டார்.

'மாப்பிளக்கு இல்லாமலா' சாமிக்கண்ணு துணிப் பையை மடியிலிருந்து எடுத்துத் தரையில் வைத்துப் பிரித்து ஒரு சுருட்டைக் கொடுத்தார்.

இவன் மாமா பக்கம் நகர்ந்து தன் பையிலிருந்த ஒரு கட்டுச் சுருட்டை எடுத்து முன்னே வைத்தான்.

'பத்தரமா வச்சுக்கோ, அது சாமிக்கு'

சுருட்டுக் கட்டை எடுத்து மீண்டும் பையில் வைத்துக் கொண்டான்.

'மாப்பிளக்கு அத்தான் சாடை அப்படியே இருக்கில்ல' என்றார் அழகு.

இவன் மாமா பதிலொன்றும் சொல்லவில்லை. அவர் பார்வை திரும்பி இவன் முகத்தில் விழுந்தது. ஒரு பெருமிதச் சிரிப்பு அவர் உதடுகளில் புரண்டு மறைந்தது.

'சாடை என்ன? அவுங்கதான் தம்பி. காது கண்ணு மூக்கு– எல்லாம் அப்படியே இருக்கு'

எல்லோருடைய பார்வையும் இவன்மீது திரும்பியது. இவன் தலைகுனிந்து உட்கார்ந்திருந்தான். அவர்கள் பேச்சு யுத்த முனையில் மரணமுற்ற இவன் தகப்பனாரைப் பற்றிச் சென்றது. இவனால் அதைக் கேட்டுக் கொண்டிருக்க முடியவில்லை. மெல்ல ஜமக்காளத்தில் கையூன்றி எழுந்தான். யாரையும் பார்க்காமல் பின்னால் நகர்ந்து ஓட ஆரம்பித்தான். மாமா சொன்னது வெறும் சப்தமாக இவன் காதில் விழுந்தது. இவன் துள்ளித் துள்ளி நொண்டி ஆடுவது போலக் குதித்து அத்தை இருக்கும் இடத்திற்குச் சென்றான். அவள் எதிரே வந்து கொண்டு இருந்தாள். அவளைச் சுற்றி ஒரு கூட்டம். கையில் பானைகளும் தட்டுக்களும் கூடைகளுமாக.

வண்டி ஒரு பக்கத்தில் அவிழ்த்துக் கிடந்தது. இவன் அத்தையோடு போய் ஒட்டிக்கொண்டான். அவள் வர்ணப் பூச்சுக்கள் நிறைந்த ஒரு பானையை இவனிடம் கொடுத்தாள். இவன் பானையைத் திருப்பித் திருப்பிப் பார்த்தவாறே நடந்தான்.

இவர்கள் அருகில்வர ஜமக்காளத்தில் உட்கார்ந்திருந்தவர்கள் எழுந்து நின்றுகொண்டார்கள். பெண்கள் நடக்க ஆண்கள்

பின்னால் வர எல்லோரும் முனீஸ்வரன் மரத்தை நோக்கி மௌனமாக நடந்தார்கள். முன்னே செல்லச் செல்ல நடையில் தொய்வு ஏற்பட்டு நிற்பதுபோல் இருந்தது. எப்போதோ கூவும் பறவையின் ஒலியோடு இவர்கள் அடியெடுத்து வைத்தார்கள். மரத்தின் அருகே சென்றதும் திடீரென்று ஒரு பெருங்காற்று கிளம்பி மரத்தை உலுக்கிக் கிளைகளுக்குத் தாவித் தழைகளை உதிர்த்துக்கொண்டு சென்றது.

'ஐயாவே'

'அப்பனே, முனியாண்டி'

பட்டை பட்டையாகத் திருநீறு பூசிக்கொண்டு ஈர வேட்டியை மடித்துக் கோவணமாகக் கட்டிக்கொண்டு மார்பில் குறுக்காக மாலைபோட்டுக்கொண்டு முனீஸ்வரன் சூலத்தின் முன்னே நின்று கொண்டிருந்த பூசாரி 'ஆ' என்று துள்ளிக் குதித்தான். கைகளைத் தரையில் ஊன்றி ஒரு சுற்று சுற்றி வந்தான். குறுக்குமாலை கையில் சிக்கிக்கொண்டது. கையை உதறிக்கொண்டான். இரண்டடி பின்னே வந்து நின்று விழிகளை மூடாமல் மரத்தையே பார்த்துக் கொண்டிருந்தான். அவன் பார்வை அப்படியே நிலைத்திருந்தது. எல்லோரும் பானைகளையும் கூடைகளையும் கீழே வைத்து விட்டு அண்ணாந்து பார்த்தபடியே இருந்தார்கள்.

'முனி வந்துடுச்சு'

பூசாரி ஒரு மிடுக்குடன் திரும்பி சூலத்தின் கீழே சடேரென்று விழுந்து கை கூப்பித் தொழுதான்.

இவன் ஒன்று, இரண்டு, மூன்று என்று மனத்துக்குள்ளே எண்ணிக்கொண்டே இருந்தான். பூசாரி கால்களை இணைத்து நீட்டியபடியே கிடந்தான். இவன் பதினைந்து என்று எண்ணும் போது அவன் எழுந்தான். இவன் கொண்டு வந்து வைத்த பானையை எடுத்துக்கொண்டு ஓட்டமும் நடையுமாகக் குளக்கரைக்குச் சென்றான்.

ஒரு குடம் தண்ணீர் கொண்டு வந்து சூலத்தில் ஊற்றினான். நீர் சூலத்தில் விழுந்து நாலாப்பக்கமும் சிதறித் தரையில் வழிந்து வாய்க்காலாய் உருப்பெற்று கால்களை நோக்கி ஓடிவந்தது. இவன் மெல்லத் தன் காலைத் தூக்கி அதில் வைக்கப் போனான். மாமா தலையசைத்துத் தன் பக்கமாக இவனை இழுத்துக்கொண்டார். இவன் பார்வை சூலத்திலிருந்து விலகி எதிர்ப்பக்கம் சென்றது. மாடு மேய்க்கும் சிறுவர்களும் சாணி பொறுக்கும் சிறுமிகளும் மிகுந்த அடக்கத்துடன் வரிசையாக நின்று கொண்டிருந்தார்கள். கருத்த பையன் ஒருவன் எருமை மாட்டின்மீது சவாரி செய்து கொண்டு வந்தான்.

சா. கந்தசாமி

பூசாரி சூலத்திற்கு ஒரு பெரிய மாலையை எடுத்துச் சாத்தினான். சூலத்திலிருந்து மாலை தரையில் புரண்டு கொண்டிருந்தது. தன் உயரத்திற்கு மேலே மாலை இருக்குமென்று இவன் நினைத்துக்கொண்டான். தான் இந்த மாலையைப் போட்டுக்கொண்டால்கூடத் தரையில் கொஞ்சம் புரளும் என்று சொல்லிக்கொண்டான். பூசாரி தரையில் புரண்ட மாலையை எடுத்துச் செங்கல்மேல் வைத்துவிட்டு, பெரிய முனிக்கு எதிரே உள்ள பனை மரத்தடியில் இருக்கும் சின்ன முனியின் கீழ் ஒரு புதிய செங்கலை நட்டுத் திருநீறும், சந்தனமும், குங்குமமும் பூசினான். அவனுடைய ஒவ்வொரு செயலையும் இவன் விசித்திரமாகப் பார்த்துக்கொண்டிருந்தான். பூசாரியின் வாய் இடைவிடாது முணுமுணுத்துக் கொண்டிருந்தது. அதில் அவ்வளவும் இவனுக்குக் கேட்காவிட்டாலும் சில கணங்களில், 'எங்கள் குலம் தழைக்க வந்த முனியே... ஆதி . முனியே ஐயாவே... அப்பனே...' என்ற வார்த்தைகள் சீறிக்கொண்டு வந்தன.

பூசாரி நடக்காமல் ஓடுவதையும் பேசாமல் பொறுமுவதையும் இவன் ஆச்சரியத்தோடு கவனித்துக்கொண்டிருந்தான். இவனுடைய தாழ்ந்த பார்வை தன் கூட்டத்தில் படர்ந்தது. ஒவ்வொருவரும் கிட்டத்தட்ட தன்னை மறந்த நிலையில் முனியின் பக்தியில் அமிழ்ந்து கொண்டிருப்பது போல இருந்தது

சூலமும், பூமாலையும், முனிமரமும், குளமும் மனத்திலிருந்து மறைய இந்த நேரம் வகுப்பில் என்ன நடக்கும் என்ற நினைப்பு இவனுக்கு வந்தது. மணவாள ஐயங்கார் கணக்குச் சொல்லிக் கொடுத்துக்கொண்டு இருப்பார். வேலுசாமி கணக்குத் தப்பாகப் போடுவான். 'ராமு, அவனுக்கு ஒண்ணு கொடுத்துக் கணக்கச் சொல்லு' என்பார். இவன் மெதுவாகக் குட்டுவான். அவர், 'இங்க வா' என்பார். சிரித்துக்கொண்டே அருகில் செல்வான். 'குட்டச் சொன்னா தடவியா கொடுக்கற'. அவர் பிரம்பு இவன் முதுகில் மெல்ல அடிக்கும். சங்கரன் குதித்துச் சிரிப்பான். 'இப்படித்தான் சார் அவனும் குட்டினான் –' என்பான். அவனைத் தொடர்ந்து ராஜா, பிச்சைக்குட்டி. சற்றைக்கெல்லாம் கணக்கு வகுப்பு சிரிப்பில் மிதந்து, மறுபடியும் சம நிலைக்கு வரும். மணவாள ஐயங்கார் பிரம்பை மேசையில் தட்டிக் கணக்கைச் சொல்லுவார்...

அண்ட சராசரம் காக்கும் ஆதிமுனியே
வால் முனியே
அப்பனே
முனியாண்டி . . .

பெருமுழக்கத்தோடு பூசாரி நீண்ட வாழை இலையை எடுத்து விரித்தான். பெரிய இலை; நீளம் மாதிரியே அகலமாகவும் இருந்தது. கிழிசல் ஏதும் இல்லாமலும் இருந்தது.

இவன் நினைவு கலைந்து தன் முன்னே நடப்பதைப் பார்க்கலானான். ஒரு பானை சோற்றை எடுத்துக் கொட்டி அதைத் தன் கையால் கிளறிவிட்டான். ஆட்டுக்கறி குழம்பை அதில் கொட்டினான். ஒரு தொடை முழுதாகக் கிடந்தது. ஒரு சட்டியில் ஆட்டு ரத்தம்; அந்தப் பக்கம் பரங்கிக்காய் கூட்டு; முருங்கை இலைப் பொறியல்; இந்தப் பக்கம் கோழி; சேவல் கோழி; பெரிய கோழி; தங்கத்தினுடையது; இவன்தான் பிடித்துக்கொண்டு வந்தான். பிடித்து மார்போடு அணைத்துக்கொண்டு வந்தபோது கீறிக் கொண்டாடிய கோழி கறியாகிவிட்டது. ஒரு சின்னக் கலயத்தில் கள்; தென்னங்கள்.

பூசாரி கைகளைப் பின்னுக்குக் கட்டிக் கொண்டு இலையை நோட்டமிட்டான். தலையைக் கொஞ்சம் தாழ்த்திக்கொண்டு ஒவ்வொன்றாகப் பார்த்தான். ஏதோ குறைவது போல் அவனுக்கு இருந்தது. என்னவென்று சட்டென்று நினைவுக்கு வராதவன் போலத் தவித்தான். ஒருமுறை இலையைச் சுற்றி வந்தான். பின்பு திடீரென்று மாமா பக்கம் திரும்பி, 'எங்க சுருட்டு' என்றான்.

அவன் குரல் ரொம்பவும் மாறி வழக்கம் போலில்லாமல் இருப்பதாக இவனுக்குத் தோன்றியது. என்ன மாறுதல் என்று தெரியவில்லை. ஆனால் மாறி இருப்பதாகத் தோன்றியது.

மாமா அத்தையை அந்தக் கூட்டத்தில் தேடினார். அவள், கொடுத்து அனுப்பினேனே, ஆண்டியைக் கேளுங்க' என்று சொல்லிக்கொண்டே முன்னே வந்தாள்.

'வரட்டும்' ஒரு அதட்டல் போட்டுக்கொண்டு குனிந்து உடுக்கையை எடுத்துக் கணீரென்று ஒரு சப்தத்தை உண்டாக்கினான் பூசாரி. திடீரென்று உடுக்கையிலிருந்து எழுந்த சப்தத்தில் அனைவரும் இனங்கண்டுகொள்ள முடியாத ஒரு தாக்குதலுக்கு உள்ளானார்கள்.

மாமாவின் கையிலிருந்து நழுவி இரண்டடி முன்னே சென்று பூசாரியிடம் சுருட்டுக் கட்டைக் கொடுத்தான். இவனை அவன் ரொம்பவும் விசித்திரமாகப் பார்த்தான். கறுத்து வியர்வை வடியும் அவன் முகத்திலிருந்து ஒரு புன்சிரிப்பு வெளிப்பட்டது. இவனிடமிருந்து சுருட்டை வாங்கிக்கொண்டு உடுக்கையை ஒரு குலுக்குக் குலுக்கி இவன் காதருகில் ஒரு தட்டுத் தட்டிப் பெரிதாகச் சிரித்தான். அவனுடைய சிரிப்பு இவன் மனத்தினுள் இடி மாதிரி சென்று பாய்ந்தது; அங்கிருந்து சரசரவென்று கால்கள் வழியே கீழே இறங்குவது மாதிரி இருந்தது. கைகளை நெஞ்சில் குறுக்காக வைத்துக்கொண்டு மாமாவுக்குப் பின் மறைந்துகொண்டான்.

சா. கந்தசாமி

வால்முனிக்குச் சுருட்டை வைத்துவிட்டு ஒரு சுருட்டை எடுத்துக்கொண்டு சின்ன முனிக்கு வைக்கக் கூட்டத்தைப் பிளந்து கொண்டு சென்றான் பூசாரி. சென்ற அதே வேகத்தில் கால்களில் சலங்கையொலிக்க, கையில் உடுக்கை முழங்க, வாயில் முனியின் பெயர் ஒலிக்க. மாலையிலிருந்து பூக்கள் உதிர ஆடிக்கொண்டு வந்தான். இவன் மாமாவின் பின்னே இருந்து பார்த்தான். இவனுக்குத் தன்னை இழந்துகொண்டு வருவதுபோல் இருந்தது.

பூசாரி முனியின் முன்னே நின்று தனக்குத் தானே ஏதோ சொல்லிக் கொண்டிருந்தான். அவனுடைய பேச்சு எங்கும் பரவி அனைவரையும் பேச்சின்றி இருக்க வைத்தது. ஒவ்வொருவர் பார்வையும் அவன்மீது பாதியாகவும், முனீஸ்வரன்மீது பாதியாகவும் படிந்திருந்தது.

அவன் இருந்தாற்போல இருந்து, 'ஹா... ஹா...' என்று ஒருமுறை துள்ளிக் குதித்து, கைகளை வீசி, ஒரு சுற்றுச் சுற்றி உடுக்கையைத் தட்டினான். அவன் கூக்குரலிலும், உடுக்கையின் சப்தத்திலும் சுற்றுப்புறம் விசித்திரமாக மாறியது. புளிய மரத்தில் உட்கார்ந்திருந்த காகங்கள் ஒன்றாக எழுந்து கத்திக்கொண்டு சென்றன. பின்னால் நின்று வேடிக்கைப் பார்த்துக் கொண்டிருந்த பிள்ளைகள் தங்களை அறியாமலேயே பின்னுக்கு இன்னும் நகர்ந்துகொண்டனர். ஆண்களைவிட்டுக் கொஞ்சம் தள்ளி நின்று கொண்டிருந்த பெண்கள் ஒருவிதமான பயத்துடன் ஆண்கள் பக்கம் சேர்ந்துகொண்டார்கள். இவன் மாமாவின் கையை இறுகப் பற்றிக் கொண்டான். அவர் குனிந்து இவனைப் பார்த்துச் சிரித்தார். இவன் அந்தப் பக்கமாக முகத்தைத் திருப்பிக் கொண்டான். மனத்தில் பொங்கிக் கொண்டிருந்த மகிழ்ச்சியும் உற்சாகமும் கலவரத்தில் மங்கிக் கொண்டு வருவதுபோல இருந்தது. கண்களை இறுக மூடிக்கொள்ளலாம் போல் இருந்தது. முகம் சுளிக்கக் கண்களை மூடிக் கொண்டான். ஆனாலும் பூசாரி மாலைகள் குலுங்க ஆடுவதும், உடுக்கைச் சப்தத்தை அலை அலையாகப் பெருக்குவதும் இன்னும் சமீபத்தில் கேட்பதுபோல இருந்தது. இந்தச் சூழலே விசித்திரமான கலவையின் தோய்வாக மாறிக்கொண்டு வருவது போலிருந்தது. மெல்லத் தலையை உயர்த்திப் பாதிக் கண்களைத் திறந்து மாமாவைப் பார்த்தான். கண்களை மூடிக்கொண்டு கரம் கூப்பியபடி இருந்தார். இவன் பார்வை மாமா மேலிருந்து இறங்கி ஒவ்வொருவர் மேலும் படர்ந்தது. தன்னைத் தவிர மற்றவர்கள் அனைவரும் முனியில் தோய்ந்துகொண்டு வருவதுபோல இவனுக்குப் பட்டது.

ஓரடி முன்னே வந்து கண்களை நன்றாகத் திறந்து பார்த்தான். பூசாரி முன்னே வந்து விழுந்து குறுக்கு மாலையைப் பின்னுக்குத் தள்ளிக்கொண்டு

முனியே, வால் முனியே
ஆதி முனியே எங்க அப்பனே
ஐயாவே எங்கள் குல நாயகரே
எலந்த மரம் விட்டு இறங்கி வரவேணும்
ஓதிய மரம் விட்டு ஓடி வர வேணும்
பனைமரம் விட்டுப் பாய்ந்து வரவேணும்
இலுப்பை மரம் விட்டு இங்கே வரவேணும்
இப்ப வரவேணும் சாமி... இப்ப
வரவேணும்
இங்க வரவேணும் சாமி இங்க வரவேணும்
காத்திருக்கும் பிள்ளைகளைக் காக்க
வரவேணும்...

அவன் 'ஹ... ஹ...' என்று அலற, உடுக்கை 'பீம்' 'பீம்' என்று முழங்கியது. பூமியிலிருந்து எழும்பிக் குதித்துத் தலையை வேகமாக அசைத்தான். ஒரே ஓட்டமாகச் சின்ன முனி வரையில் ஓடினான். பல்லைக் கடித்துக்கொண்டு பிதுங்கிய விழிகள் வெளியே வருவதுபோல் தோன்ற, '– என்ன இடக்கு... வழியை மறிக்குதா ஐயா' என்று உடுக்கையைப் 'பீம் பீம்' என்று அடித்தான். இடியாய் பெருகி எங்கும் நிறைந்த சப்தம் திடீரென்று நின்றது. அவன் உடுக்கையைக் கையில் பிடித்துக்கொண்டு ஒரு நிமிஷம் தெற்கு முனையையே பார்த்துக்கொண்டிருந்தான். கண்கள் ஏறி இறங்கின. இரண்டடி பின்னுக்கு நகர்ந்தவன், திடீரென்று முன்னே பாய்ந்து முனீஸ்வரன் எலுமிச்சைப் பழத்தையெடுத்துத் தலையைச் சுற்றி, 'துரையை துஷ்டன் மறிக்கிறானா?' என்று வீசியெறிந்தான். கற்பூரம் கொளுத்திக் காட்டினான்; ஜ்வாலை காற்றில் மடிந்து மடிந்து உயர்ந்தது.

இப்போது அவனே முனீஸ்வரன் மாதிரி இவனுக்குத் தோன்றியது. அத்தை முன்னிரவில் கதைகளில் சொன்ன முனி போலவே தலை முடி கலைந்து பறக்க, கால் தரையில் பாவாமல் சலங்கை ஒலிக்கத் தாவிக்கொண்டிருந்தான். அவன் கை நீளுகையில் தன்னைப் பிடித்து இழுத்து அணைத்துக்கொள்ளுவான் போல் இவனுக்குத் தோன்றியது. மெதுவாக – ஒவ்வொரு அடியாகப் பின்னுக்கு எடுத்து வைத்து நகர்ந்தான். பின்னுக்குச் செல்லச் செல்ல உடுக்கையின் சப்தமும் பூசாரியின் வேண்டுதலும் தொடர்ந்து வந்துகொண்டே இருந்தன. சப்தம் கனத்துச் செவியில் இறங்கி மனத்தில் பாய்ந்து தடுமாற வைப்பதுபோல் இருந்தது. இவன் கால்கள் இன்னும் இன்னுமென்று பின்னுக்குச் சென்றன. தனக்கு மட்டுமே கேட்பது மாதிரி உடுக்கை ஒலித்துக்கொண்டிருந்தது.

இவன் திரும்பிக் குளத்துப் பக்கம் சென்றான். சேரித்துறையில் இரு பெண்கள் துணி இல்லாமல் குளிப்பது தெளிவில்லாமல்

தெரிந்தது. குளத்தில் இவன் இறங்கினான். ஒரு கெண்டை மீன் துள்ளித் தாவியது. அதன் சப்தத்தில் நீர்க் கோழி வேகமாக மூழ்கியது. இவன் கொஞ்சம் நகர்ந்தான். பூத்த செவ்வல்லி கூம்பிக் கொண்டிருந்தது. ஒரு கையால் தண்ணீரைத் தள்ளிப் பூவை இழுத்துச் சொடுக்கிப் பிடுங்கினான். செவ்வல்லி நீண்ட தண்டுடன் வந்தது. அதைத் தோளில் மாலையாகப் போட்டுக் கொண்டு திரும்பியபோது தூரத்தில் ரயில் ஓசை கேட்டது. இன்னும் சற்றைக்கெல்லாம் ரயில் தெரியும் என்று நினைத்துக்கொண்டு கரைக்கு வந்தான். இவன் பார்வை வளைந்து செல்லும் தண்டவாளத்தின்மீது பதிந்தது. இவன் பார்த்துக்கொண்டே இருக்கையில் கருப்பாக ரயில் எஞ்சின் மட்டும் புகையை விட்டுக்கொண்டே சென்றது. இவனுக்கு ஏமாற்றமாக இருந்தது. பையில் கையை விட்டான். சுருட்டு ஒன்று தட்டுப்பட்டது. உடனே முனியின் நினைவு படர்ந்தது. முன் நோக்கி நடந்தான்.

'– வாரும். சீக்கிரமாக வாரும். ஐயாவே வாரும்... ஹூம்' ஆடிய பூசாரியின் கால்கள் நின்றன. தலையைச் சாய்த்துக்கொண்டு விழிகள் குத்திட இவனைப் பார்த்தான். இவன் அவன் பார்வையில் பட அஞ்சியவன் மாதிரி தலையைத் தாழ்த்தி அத்தையைப் பார்த்தான். அவள் ஆடிக்கொண்டிருந்தாள். கடைவாயிலில் எச்சில் ஒழுகிக்கொண்டிருந்தது. அவள் கூட அஞ்சலை தலைவிரி கோலமாக உருண்டுகொண்டு இருந்தாள். அவள் உருண்டு உருண்டு இவன் காலடிக்கு வந்தாள். கை இவன் காலைத் தீண்டுவது போல் இருந்தது. இவன் திடுக்கிட்டுப் போனான்.

ஆறு தாண்டி அதிராம்பட்டினம் தாண்டி
காடு தாண்டி காவேரிப்பட்டினம் தாண்டி
கூந்தப் பனை விட்டு
கொடிக்கால் தாண்டி
ஆறு கடந்து, ஆகாசக் குதிரையில்
வேட்டை நாய் தொடர
சேவகர்கள் தொடர்ந்து வர
சலங்கையொலிக்க ஜாதிமுத்து மணக்க
விண்ணுக்கும் மண்ணுக்கும் ஒண்ணாய்
வீராதி வீரா; ராஜாதி ராஜா–

அவன் இவனை நோக்கி நடந்தவாறு உடுக்கையின் கயிற்றை இறுகப் பற்றித் துரித கதியில் உடுக்கையை அடித்தான். இவன் இனந்தெரியாத கலவரத்தோடு அத்தையையும் பூசாரியையும் மாறி மாறிப் பார்த்தான். அவர்கள் ஆடிக் கொண்டு இருந்தார்கள். திடீரென்று இவன் பார்வை மாமாவைத் தேடியது. தன் கால்கள் தரையில் பாவாமல் மேலே போவதுபோலத் தோன்றியது.

யாரோ ஒருவர், 'மாமனுக்கு ஆகாதே' என்று அவசரமாக இவன் கழுத்திலிருந்த அல்லிக் கொடியை எடுத்தெறிந்தார்கள். கால்களை ஓங்கித் தரையில் உதைத்தான். தன்னைச் சுற்றி உள்ள அனைத்தும் கவிந்து வரும் இருளில் மெல்ல அமிழ்வது போல இருந்தது. எதையும் தீர்மானிக்க இயலவில்லை. சூழ்ந்துவரும் இருளிலும் வானிலிருந்து நேராகக் கீழே இறங்கும் ஒரு பழுப்பு நிறக் கழுகின் நிழல் தன்மேல் படர்வது போல் இருந்தது. இவன் உடல் நடுங்கியது. ஒரு துள்ளலுடன் 'மாமா' என்றான். இவன் குரலொலியை மிஞ்சிக் கொண்டு உடுக்கையின் சப்தம் எங்கும் பரவியது.

இவன் நடுங்கிக்கொண்டே கீழே சாய்ந்தான். நீண்ட இவன் கரம் முனீஸ்வரன் சூலத்தைப் பற்றியது.

●

சா. கந்தசாமி

பதுங்கும் நாய்கள்

பஸ் வழுக்கிக்கொண்டு போவது மாதிரி சென்றது. டிரைவரின் மேலிருந்த பார்வையை வேணு திருப்பினான். ராஜாராம் கன்னத்தில் கையை நன்றாக அழுத்தி வெளியே பார்த்த வண்ணமிருந்தான். நிதானமாகச் சென்றுகொண்டிருந்த பஸ் திடீரெனச் சீறி ஹாரன் அடித்துச் செல்ல ஆரம்பித்தது. இப்பொழுதுதான் பஸ் தன்னிலையில் இயங்குவது போல வேணுவுக்குத் தோன்றியது. டிரைவரின் கையும் காலும் பரபரப்பதையே பார்த்துக்கொண்டு இருந்தான். சிறிது நேரத்திற்கெல்லாம் அதிலும் சலிப்புற்று இவன் பார்வை வெளியே சென்றது. மரங்களும், செடிகளும், கட்டிடங்களும் உயர்ந்தும் தாழ்ந்தும் இருட்குகைகளாகத் தோன்றின. ஒரு தொடர்ச்சியின்றி மாறிமாறித் தென்படும் காட்சியை அதிசயம் போல இவன் பார்த்த வண்ணமிருந்தான்.

பஸ் தன் எல்லைக்கு வந்துவிட்டதை வேணு உணர்ந்தான். டிரைவர் எஞ்சினை ஆப் பண்ணிக் காலைத் தூக்கி ஸ்டீரிங் மேல் போட்டபடி இடது கையால் தலை முடியைக் கோதிவிட்டுக் கொண்டிருந்தான். பயணம் சீக்கிரத்தில் முடிந்தது இவனுக்கு மகிழ்ச்சி அளித்தது.

'இனி நடக்கவேண்டும். ஐந்து கிலோ மீட்டரோ ஆறு கிலோ மீட்டரோ' என்று நினைத்தவாறு சீட்டியடித்துப் பஸ்ஸின் படியிலிருந்து கீழே குதித்தான்.

ராஜாராம் சிறிது பதற்றமுற்றுச் சொன்னான், 'பாத்து பாத்து'.

வேணு அவன் தோள் மீது கை வைத்துச் சாலையைப் பார்த்தபடி, 'நேராதானே –' என்றான். ராஜாராம் தலையசைத்தான். இவன் பார்வை சாலையில் வெகு தூரம் வரையில் சென்றது. விளக்குகள் நேர்க் கோட்டில் தெரிந்தன. விளக்குகளைப் பார்த்தபடி கைகளை வீசி இவன் நடக்க ஆரம்பித்தான்.

ராஜாராம் இவனை நிற்கச் சொல்லிவிட்டு மரத்தடியில் கிடந்த குதிரை வண்டியின் பக்கம் சென்றான். வண்டிக்காரன் ஏர்க்காலில் நன்றாகச் சாய்ந்திருந்தான். ராஜாராம் கேட்டது ஒன்றும் அவன் காதில் ஏறவில்லை. குனிந்து இன்னும் சப்தமாகக் கேட்டான். வண்டிக்காரன் கண்களைச் சிரமத்துடன் திறந்து ரொம்பவும் கஷ்டப்பட்டுக் கைகளைத் தூக்கிப் பீடியை நீட்டினான். குடித்துத் தன்னையிழந்து இருக்கிறான் என்பதை அவன் தெரிந்து வேறு வண்டிதான் பார்க்க வேண்டும் என்று திரும்புகையில் ஒரு மாட்டு வண்டி வந்தது. நிறுத்திச் சத்தம் பேசினான். வண்டிக்காரன் அதிகமாகப் பணம் கேட்பதாக அவனுக்குத் தோன்றியது. எரிச்சலுற்றவன் போல, 'அதுக்கு டாக்ஸிலே போகலாமே' என்றான்.

'போறதுதானே?' வண்டிக்காரன் தார்க்குச்சியை எடுத்து மாட்டின் முதுகில் அழுத்திக் குத்தினான். மாடு துள்ளி வேகமாக ஓட ஆரம்பித்தது. கெட்ட வார்த்தைகள் சொல்லித் திட்டிக் கொண்டே ராஜாராம் திரும்பினான்.

ராஜாராம் தன் அருகில் வந்ததும் மரத்தடியில் சாய்ந்து நின்றுகொண்டிருந்த வேணு வெறுமையுற்ற மனத்தோடு நடக்க ஆரம்பித்தான். நடக்க நடக்கக் கால் கீழே இறங்குவதுபோல இருந்தது. கால்கள் தன்னிலை இழந்தன. தலையைத் திருப்பிக் கையை ராஜாராம் பக்கம் நீட்டினான். அவன் தன் கையோடு இவன் கையைக் கோர்த்துக்கொண்டான். இருவரும் கைகளை ஒன்றாக அசைத்துச் சீட்டியடித்தபடி சாலையின் நடுவில் நடந்தார்கள்.

பெரிய அயல்நாட்டுக் கார் ஒன்று சப்தமிட்டு வந்தது. வேணு தன் கையை விடுவித்துக்கொண்டு சாலையின் ஓரத்திற்குச் சென்றான். ராஜாராம் சிறிது ஒதுங்கி இவனையே பார்த்துக் கொண்டு நின்றான். அயல்நாட்டுக் காரைத் தொடர்ந்து வந்த இன்னொரு உள்நாட்டுக் காரில் நிறைய பேர்கள் அடைத்து கொண்டு போனார்கள். ராஜாராம் கார்களைப் பார்த்தபடியே நடக்க ஆரம்பித்தான். நகர எல்லை முடிவடைந்து ஊராட்சி ஆரம்பமாயிற்று. பின்னால் ஒளி சிந்தும் மெர்க்குரி விளக்குகள். முன்னால் எங்கோ சில நாற்பது வாட்ஸ் பல்புகள்.

வேணு ஒரு விளக்குக் கம்பத்தின் கீழே நின்றான். ராஜாராம் அவன் பக்கமாகச் சென்று, 'நிலா கூட மறையுது. இருட்லதான் போகணும்போல இருக்கு' என்றான்.

'பாத சரியா இருந்தாப் போயிடலாம்'

'செத்த முன்னே கெளம்பி இருந்தா கடெசி பஸ்ஸையே பிடிச்சிருக்கலாம்'. வேணு தாடையைத் தடவி எங்கோ பார்த்தபடி, 'டாக்ஸியிலே வந்திருந்தா எப்பவோ போயிருக்கலாம்' என்றான்.

ராஜாராம் பதிலொன்றும் சொல்லாமல் சிகரெட்டை எடுத்துப் பற்ற வைத்துக்கொண்டு தீக்குச்சியை இவனை நோக்கிச் சுண்டிவிட்டான்.

'சிகரெட் இருக்கா?'

ராஜாராம் சிகரெட் பெட்டியை இவன் பக்கமாக நீட்டினான். இவன் சிகரெட்டை எடுத்துப் பற்ற வைத்து எரியும் தீக்குச்சியை அவன்மேல் போட்டான். அதை அவன் எதிர்பார்த்தவன் போலக் கொஞ்சம் பின்னுக்கு நகர்ந்து சென்றான். தீக்குச்சி அவன் காலுக்குக் கீழே விழுந்து எரிந்தது. அதை நன்றாக அழுத்தி மிதித்துவிட்டு இவனைத் திரும்பிப் பார்க்காமலேயே நடக்க ஆரம்பித்தான்.

வேணு நிதானமாக சிகரெட்டை உறிஞ்சிக்கொண்டே அவன் பின்னால் சென்றான். எங்கோ தனியாக நாய் ஒன்று குரைப்பது லேசாகக் கேட்டது. இவர்கள் பேச்சு ஏதும் இல்லாமல் சப்தம் வரும் திசையைப் பார்த்துக்கொண்டே நடந்தார்கள். விலகிய மேகங்கள் மறுபடியும் நிலவைச் சூழ சாலையில் இருள் படர்ந்தது. பெரிய பெரிய மரங்கள் சாலையின் இரு புறங்களிலும் அடர்த்தியாக இருந்தபடியால் பாதையே புலனாகவில்லை. நிதானத்தோடு கால்களையெடுத்து வைத்தார்கள். தார்ச்சாலை முடிந்து மண்சாலை ஆரம்பமானது. மணலில் பாதம் அழுத்தி, புழுதி பறந்து காலில் படிவதை உணர முடிந்தது.

ஹாரன் அடித்தபடி ஒரு கார் இவர்களைக் கடந்து சென்றது. காரை ஒரு பெண் ஓட்டிக்கொண்டு தனியே செல்லுகிறாள் என்பதை வேணு அனுமானித்துக் கொண்டான். விலகிய இருள் கார் சென்றதும் திடீரென மீண்டும் கவிழ்ந்ததால் சாலையே இவர்களுக்குப் புலனாகாமல் போயிற்று.

ராஜாராம் இவன் பக்கமாக வந்தான்.

'ரொம்ப நல்லா மாட்டிக்கிட்டோம்'

அவன் மெல்லச் சிரிப்பதை வேணுவால் கேட்க முடிந்தது. ஆனால் பதிலொன்றும் சொல்லாமல் இடதுகையால் தாடையைத் தடவி வானத்தைப் பார்த்தான். மேகங்கள் மெல்ல ஊர நிலவு வெளிப்பட்டுக்கொண்டிருந்தது. வானம் இப்போது கருப்பென்றோ நீலமென்றோ தீர்மானிக்க முடியாத நிறத்தில் இருப்பதாக இவனுக்குத் தோன்றியது. மறுபடியும் வானத்தைப் பார்த்தான். வானம் நீலத்தின் சார்பு கொண்டு இருப்பதாகப் பட்டது. உடனே நீல நிறத்தில் தனக்கிருக்கும் ஈடுபாடே அதற்குக் காரணம் என நினைத்தான்.

'தன் ஓவியங்களில் நீலமும் – நீலத்தின் சார்பும் அதிகமாகப் படிவது ஏன்? ஒரு சமயத்தில் நண்பன் சொன்னது போல் நம்பிக்கைகளின் குறியீடாக நீலம் துலங்குகிறதா?'

இவனுக்குச் சிரிப்பு வந்தது. சிகரெட்டை வேகமாகத் தரையில் வீசிவிட்டு நடக்க ஆரம்பித்தான்.

சாலை மெல்ல மெல்ல உயர்ந்து சென்றது. சின்ன பாலம். ஏதோ பேர் தெரியாத ஆறு. சமீபத்தில்தான் மதகிற்கு வெள்ளை அடித்திருந்தார்கள். முதல் பார்வைக்கே மதகு நன்றாகத் தெரிந்தது. மதகில் வேணு ஒரு கையை ஊன்றி எம்பி உட்கார்ந்து ஆற்றைப் பார்த்தான்.

ராஜாராம் இவனை இடித்தாற்போல உட்கார்ந்து சிகரெட் பெட்டியை நீட்டினான். இவன் ஒரு சிகரெட்டை எடுத்து உள்ளங்கையில் தட்டி வாயில் வைத்துக்கொண்டான். ராஜாராம் இவனுக்குப் பற்ற வைத்துவிட்டுத் தானும் சிகரெட்டைப் பற்ற வைத்துக்கொண்டான். இவன் சிகரெட்டை ஒருமுறை நன்றாக ஊதிவிட்டுச் செருப்பைக் கழற்றிப் போட்டுவிட்டுக் காலை மடக்கி மதகின்மேல் வைத்துக்கொண்டான்.

லாரி ஒன்று பெரும் சப்தத்தோடு வந்தது. வேணு குதித்துச் சாலைக்கு வந்து கையை நீட்டினான். வேகம் குறைய லாரி நின்றது.

'ஏறிக்கலாமா?'

'ஆத்துக்கு மண் அடிக்கப் போகுது சார்'

'செம்பாக்கத்துக்கு நேராதானே போகணும்?'

'ஆமாம் சார். நேராப்போய் முதல்லே வர்ற ரோட்ல திரும்பித் தோட்டத்துல பூந்தா கிட்டத்தான் சார்'

'தாங்க்ஸ்'

லாரி மீண்டும் சப்தத்தோடு சிறிது தூரம் ஓடி – இறக்கத்திற்குச் சென்று ஆற்றில் இறங்கியது.

ராஜாராம் மதகில் தாளம் போட்டு, 'காணாத கானகத்தே' என்று பெருங்குரலில் பாடிக்கொண்டிருந்தான்.

அவனை உதைத்து ஆற்றிலே தள்ள வேண்டும்போல இவனுக்கிருந்தது. ஒருமுறை அவனைத் திரும்பிப் பார்த்துவிட்டு வேகமாக நடக்க ஆரம்பித்தான். இவன் சென்றதை ராஜாராம் கவனிக்கவில்லை. தன்னுடைய பாட்டிலும் சிகரெட்டிலும் அமிழ்ந்து போயிருந்தான். சிகரெட் புகைந்து புகைந்து விரலருகே வந்தது. அதை வீசியெறிந்துவிட்டு, 'வேணு' என்றான்.

பதில் வராமல் போகவே கீழே குதித்துச் சாலைக்கு வந்து பார்த்தான். இருளில் ஒன்றும் சரியாகத் தெரியவில்லை. ஆனாலும் முன்னோக்கி நடந்தான். பாதம் முழுவதும் மணலில் படிந்ததால் தூசியாய் மணல் கிளம்பி மூச்சுக் காற்றில் கலந்தது. புரையேற இருமல் வந்தது. இருமி இருமிக் கைக்குட்டையை எடுத்து முகத்தைத் துடைத்துக்கொண்டு வேணுவைப் பிடிக்க வேண்டுமென்ற நினைப்போடு ஓட ஆரம்பித்தான். ஆனால் சிறிது தூரம் ஓடுவதற்குள்ளாகவே வயிறு வலிப்பது போலிருந்தது. நின்று வயிற்றைத் தடவிக் கொண்டு, 'வேணு' என்று குரல் கொடுத்தான்.

வேணு வெகு தூரம் சென்றுவிட்டான் என்று அவனுக்குத் தோன்றியது. உதட்டைக் கடித்துக்கொண்டான். நிற்க முடியாதுபோல இருந்தது. பக்கத்திலிருந்த மரத்தில் சாய்ந்து உட்கார்ந்து கால்களை நீட்டிக் கொண்டான். சற்று நேரத்திற்கெல்லாம் வேணு திரும்பி வந்து அவன் அருகே நின்றான்.

ராஜாராம் வாயாலேயே மூச்சு விட்டு இவனைப் பார்த்து, 'முடியாது போல இருக்கு' என்றான்.

வேணு கைகளைப் பின்னுக்குக் கட்டிக்கொண்டு மரத்தில் நன்றாகச் சாய்ந்து, 'மணி என்னாவுது?' என்று கேட்டான்.

அவன் கடிகாரத்தைப் பார்க்காமல் சொன்னான், 'கிட்டத்தட்டப் பன்னிரண்டு'.

வேணு பதிலொன்றும் சொல்லாமல் தலை குனிந்தபடியே சீட்டியடித்துக்கொண்டு மறுபடியும் நடக்க ஆரம்பித்தான். ராஜாராம் அடிமர வேரில் சாய்ந்து அவன் செல்வதையே பார்த்துக்கொண்டிருந்தான். கால்களை நன்றாக நீட்டியபடி 'பண விஷயத்தில் தான் இன்னுங் கொஞ்சம் தாராளமாக இருக்க வேண்டும் என்று சொல்லிக்கொண்டான். அடிக்கடி தான் இப்படிச் சொல்லிக் கொள்வதுண்டு என்பது நினைவுக்கு வந்தது.

வேணுவை ரொம்பக் காயப்படுத்திவிட்டதாகத் தோன்றியது. 'தனக்காகத்தான் நடக்கிறான். இல்லாவிட்டால் டாக்ஸியில் எப்பொழுதோ சென்றிருப்பான். பணமென்பதே அவனுக்கு ஒரு பொருட்டல்ல. அவன் பணம் பெயிண்டிலும் புத்தகத்திலும் கரைகிறது'

அவனுக்குத் தன் மேலேயே இயலாமை உணர்ச்சி தோன்றியது. 'ஒவ்வொரு காசுக்கும் கணக்கு. அட்டெண்டருக்குப் பத்துக்காசு. அம்மா படத்திற்குப் பூ இருபது காசு; பஸ்ஸுக்கு முப்பது காசு; கணக்குப் புத்தகத்தைக் கிழித்துப் போட வேண்டும் –'

அவனுக்கு அழுகை வந்தது. கையை மடக்கி மரத்தில் குத்திவிட்டு எழுந்து நடக்க ஆரம்பித்தான். விரைவிலேயே அவன் நடை ஓட்டமாகியது. இரண்டு பக்கமும் வேணு தென்படுகிறானா என்று பார்த்துக்கொண்டே ஓடினான்.

சாலையின் திருப்பத்தில் வேணு சிகரெட் பிடித்தபடி நின்று கொண்டிருந்தான். களைத்துச் சோர்ந்து நிற்பதாக அவனுக்குத் தோன்றியது.

'வேணுவா?' ராஜாராம் கேட்டுக்கொண்டே ஓடினான்.

அவன் ஓடி வருவதையே பார்த்தவாறு சிகரெட்டை நன்றாக அனுபவித்துக் குடித்துக்கொண்டு இருந்தான் வேணு. சிகரெட் தீர்ந்ததும் கீழே போட்டு நன்றாகத் தேய்த்துவிட்டுக் கைக்குட்டையை எடுத்துத் தலையில் கட்டிக்கொண்டு நடக்க ஆரம்பித்தான். இவன் நடக்க நடக்க ராஜாராம் தென்படவே இல்லை. வெகு தூரம் ஓடியிருக்கிறான் என இவன் நினைத்துக் கொண்டான். தலையில் இருந்த கைக்குட்டையை உருவிக் கையில் சுற்றிக்கொண்டு ஓடினான். கொஞ்ச தூரம் ஓடியதும் இதற்கு மேலே சென்றிருக்க மாட்டான் எனத் தீர்மானித்தவனாக நின்று, 'ராஜா' என அழைத்தான்.

முதல் குரலுக்குப் பதில் வராமல் போகவே மறுபடியும் கூவினான். ஐந்தாறு முறைகள் கூப்பிட்டதற்குப் பின்னால் அவன் அருகே இருந்து சிரித்துப் பதில் கொடுத்தான். பின்னாலிருந்து வந்த காரின் வெளிச்சத்தில் அவன் மைல் கல்மீது உட்கார்ந்திருப்பதும் தெரிந்தது. இவன் வேகமாக அவன் அருகே சென்றான்.

ராஜாராம் கல்லிலிருந்து குதித்து, 'கார் அங்கதான் போவுது போல இருக்கு' என்றான்.

'நம்பளப்போல லேட்டா?'

'நிறுத்திப் பாக்கறேன்'

கார் மேட்டிலும், பள்ளத்திலும் ஏறி இறங்கி வந்தது. ராஜாராம் கையை நீட்டிச் சாலையின் மத்தியில் நின்றான். காரின் வேகம் குறைய ஆரம்பித்தது. நிற்கப் போகிறது என்ற எண்ணத்தோடு கொஞ்சம் பக்கவாட்டில் நகர்ந்தபோது கார் சீறலுடன் வேகமாகப் பாய்ந்து இவர்களைக் கடந்து சென்றது.

ராஜாராம் காரையே பார்த்தபடி நின்றுகொண்டிருந்தான்.

'ஏமாந்துட்டோம்' அவன் குரல் துயரத்தோடு ஒலித்தது. அவன் வருத்தமுறுவதின் காரணம் வேணுவுக்குப் புரியவில்லை .

'நம்பளப் பாத்து அவன் பயந்துட்டான் வேணு'

வேணு பெரிதாகச் சிரித்தான். பிறகு மேல் சட்டையை இழுத்து விட்டுக் கொண்டு வேகமாக நடக்க ஆரம்பித்தான். விரைவிலேயே இவன் நடை ஓட்டமாகியது. ராஜாராமும் இவனைத் தொடர்ந்து ஓடினான். நிற்கக் கூடாது என்ற தீர்மானத்தோடு இருவரும் ஓடுவதுபோல இருந்தது. லாரிக்காரன் சொன்ன அடையாளங்கள் தென்படவே வேணு நின்றான். ராஜாராம் அருகில் வந்ததும் பேச்சு ஒன்றும் இல்லாமல் பிரியும் சாலையில் நடக்க ஆரம்பித்தான்.

'சரியான வழிதானே'

வேணு பதிலொன்றும் சொல்லாமல் சென்றான். சிறிது தூரம் போனதும் பாதை மறைந்தது. மரங்களும் செடிகளும் மேலே உராசின. நிலவு இருந்தும் வெளிச்சமில்லை. கும்மென்று இருண்டிருந்தது.

ராஜாராம் ஒரு தீக்குச்சியை எடுத்துக் கொளுத்தினான். மங்கிய வெளிச்சத்தில் ஒற்றையடிப் பாதை லேசாகப் புலனாகியது.

ஒற்றையடிப் பாதை வாய்க்காலில் இறங்கியது. வாய்க்காலின் எதிர்க் கரையிலிருந்து ஒரு பெரிய மேடு தொடங்கியது. வேணு காலால் தடவிக்கொண்டே வாய்க்காலில் இறங்கினான். சமீபத்தில் தான் தண்ணீர் ஓடி வடிந்த வாய்க்கால். கோரை மண்டிச் சேறாக இருந்தது. கோரையை மிதித்தபடி எதிர்க்கரைக்குப் போய் மேட்டில் கால் வைத்தான். பொடி மணல் சரிந்தது. கையை ஊன்றிக் கொஞ்சம் ஏறிக் காய்ந்த சவுக்குச் செடியைப் பற்றி மேலே வந்து பார்த்தான். தோப்பு வெகுதூரம் வரையில் பரவியிருப்பது தெரிந்தது.

ராஜாராம் மேலே வந்ததும் வேணுவின் தோள்மீது கை வைத்து, 'ரொம்ப நல்ல அனுபவம்' என்று சிரித்தான்.

'காசு இல்லாம சம்பாரிக்க முடியுதே'

வேணு அவன் கையை உதறிவிட்டு நகர்ந்து சிகரெட்டைப் பற்றவைத்துக்கொண்டு நடக்க ஆரம்பித்தான். நடக்க நடக்க முடிவே இல்லாதது போலத் தோப்பு போய்க்கொண்டே இருந்தது.

'எப்படிப் போவது?' தலை முடியைப் பின்னுக்குத் தள்ளிக் கொண்டான். பார்வை கிழக்கில் சென்றது. லேசான வெளிச்சம். மனத்தில் நம்பிக்கை துளிர்க்கக் கிழக்கில் நடந்தான். மேடு கீழ்நோக்கிச் சரிந்தது. நடக்க நடக்க வெளிச்சம் கூடி வந்தது.

ராஜாராம் மிகுந்த பரவசத்தோடு, 'வேணு, கடைசியில் ஒரு வழியா வந்து சேந்துட்டோம்' என்றான். அவன் குரலில் கண்ட உற்சாகம் இவனை எரிச்சலுற வைத்தது.

இவன் திரும்பிப் பார்த்துப் பதிலொன்றும் சொல்லாமல் நடந்தான். சிறிது தூரம் சென்றதும் மரங்களைச் சுற்றிச் சமவெளியில் சிலர் உட்கார்ந்தும் – படுத்தும் இருப்பது தெரிந்தது. கனமான குரல் ஒன்று பாடிக்கொண்டிருப்பது கேட்டது. இவன் அந்தக் கூட்டத்தை நோக்கி நடந்தான். கால்களை நீட்டிப் படுத்துக் கொண்டிருந்த ரகு இவர்களைக் கண்டதும் பரபரக்க எழுந்து மிகுந்த உற்சாகத்தோடு வரவேற்றான்.

'ரொம்ப நேரமாயிருச்சா?'

'உஸ்தாதே இப்பதான் வந்தார்'

'அப்படியா?'

'ஏன் இவ்வளவு லேட், வேணு'

'டாக்ஸி வழியில் பிரேக் டௌன்'

'நிறைய கார்ங்க வந்துச்சே, அதுல ஒண்ணுல வந்திருக்கலாமே'

'நிலவுல நடக்கத் தோணிச்சு'

இவனை அணைத்து ரகு புன்னகை பூத்தான்.

வேணு மணலில் உட்கார்ந்து கால்களை நீட்டிக்கொண்டான்.

•

பிணைப்பு

செல்லையா தாழம்பூவின் பெரிய மடல் நுனியை நடு விரலில் நன்றாகச் சுற்றிக்கொண்டு தாழம்பூ அசைந்தாடித் தொடையில் இடிக்க இடிக்க வீட்டிற்குச் சென்றான். பெட்டைக்கோழி ஒன்று இவன்மேல் உராய்ந்து கொண்டு பறந்து சென்றது. அதன் மென்மையான வெண் சிறகுகள் உதிர்ந்து காற்றில் பறந்தன. முகத்திற்கு நேரே வந்த சிறகைப் 'ப்பூ' என்று ஊதிவிட்டு வீட்டைப் பார்த்தான். சின்ன கருப்புப் பூட்டு இருப்பதே தெரியாமல் தொங்கிக்கொண்டிருந்தது. இவன் நெற்றியில் சுருக்கம் விழ, புருவங்களை இடுக்கிக் கதவையே கொஞ்ச நேரம் பார்த்துக்கொண்டிருந்தான். சாவி துவாரத்தின் வழியே எண்ணெய் விட்டது மெல்லச் சொட்டியபடியிருந்தது.

'அம்மா எங்க போயிருக்கும்'

பெருவிரலில் தாழையின் மடலை இன்னொரு சுற்றுச் சுற்றிக்கொண்டு கிறுகிறுவென்று வேகமாக இரண்டு சுற்றுகள் சுற்றினான்.

'அம்மா'

உதட்டை நுனிப் பல்லால் கடித்தவாறே ஓலை இடுக்கில் சாவி இருக்கிறதா என்று தடவிப் பார்த்தான். விரல்கள் ஓலை இடுக்குகளில் புகுந்து வெறுமனே வந்தன. தாழம்பூவைக் கதவோரத்தில் வைத்துவிட்டுத் தன் பலங்கொண்ட மட்டும் கதவைக் குதிகாலால் உதைத்தான். கதவு ஆட, நாதாங்கிக் குலுங்க, மடார் என்ற ஓசையெழுந்து அடங்கியது. வாசலிலிருந்து

கேவிக்கொண்டு வந்த பெட்டைக் கோழி கலவரமுற்றதுபோல் திரும்பி ஓடியது. ஒரு கருப்பு நாய் வேகமாக வந்து இவன் எதிரே நின்று இவன் முட்டியில் காலைத் தூக்கி வைத்துக்கொண்டு வாலை ஆட்டியது. இவன் புறங்கையால் நாயை அடித்தான்.

'செல்லையாவா?' அடுத்த கொல்லையிலிருந்து குஞ்சம்மா கேட்டாள். அவள் குரல் தெளிவில்லாமல் கொரகொரப்பான சப்தமாக இருந்தது. அவளுக்குப் பிளந்த உதடு. மூக்குக்கு நேரே உதடுகள் நன்றாகப் பிளந்து இரண்டு பற்கள் பெரிசு பெரிசாக மூக்கிலிருந்து முளைத்தது மாதிரி துருத்திக்கொண்டிருக்கும்.

இவன் திரும்பிக் கைகளை ஆட்டிக்கொண்டு அவள் பக்கமாகச் சென்றான். நாய் ஒருவிதத் தயக்கத்துடன் இவன் காலடியைத் தொடர்ந்து சென்றது.

சாணி தட்டிக் கொண்டிருந்தவள் குந்தியிருந்தபடியே சாணிக் கையோடு இடுப்பிலிருந்து சாவியை எடுத்து நீட்டி, 'அம்மா சந்தைக்குப் போயிருக்கு, எங்க போயிட்ட நீ. சோத்தத் தின்னுட்டுச் சுருக்கா வரச் சொல்லுன்னுச்சு' என்றாள்.

செல்லையா சாவியை வாங்கிக்கொள்ளாமல் அவளை நேராகப் பார்த்துக் 'கீழ போடு' என்றான். இவன் குரல் பயமுறுத்துவது போல் இருந்தது அவளுக்கு. செல்லையா மறுபக்கம் திரும்பிக் காலை மடக்கி, சுற்றிச் சுற்றி வளைய வந்த நாயை இடுப்புக்குக் கீழே உதைத்தான். அது வள் என்று கத்திக்கொண்டு பந்து மாதிரி சுருண்டு இரண்டடிக்கு அப்பால் போய் விழுந்தது.

குஞ்சம்மா அவசரம் அவசரமாக இப்பொழுதுதான் நினைவுக்கு வந்தவள் போல் பெருந்தொடைக்கு மேல் அள்ளிச் சொருகியிருந்த புடவையை இழுத்துவிட்டு எழுந்து, 'உனக்கு இப்ப என்னடா வந்துடுச்சு' என்று கேட்டாள்.

இவன் பதிலொன்றும் சொல்லாமல் நாயைப் பார்த்தான். நாய் எழுந்து நின்று இவனையே பார்த்துக்கொண்டிருந்தது.

'சாவியைக் கீழ போடு'

குஞ்சம்மா கொஞ்சம் தயங்கினாள்.

'கீழ போடேன்'

அவள் தலையைச் சாய்த்து இவனை விசித்திரமாகப் பார்த்துக் கொண்டே சாவியைக் காலுக்கருகில் போட்டாள். சாணிபட்ட சாவியை நன்றாகப் புல்லில் தேய்த்துக் கால் விரல்களில் இடுக்கி எடுத்துக்கொண்டு அவள் பக்கம் திரும்பாமலே நடந்தான். நாய் இவனுக்கு முன்னால் ஓடி வாலை ஆட்டியது. உதடுகளைக் குவித்து

இவன் பலமாகச் சீட்டியடித்தான். அது தலையைத் திருப்பி இவனைப் பார்த்துக்கொண்டு நின்றது. இவன் ஓட ஆரம்பித்தான். நாய் இவனுக்கு முன்னே வீட்டை நோக்கிச் சென்றது.

பெட்டையை அணைத்துத் துரத்திக்கொண்டு கதவுப் பக்கத்தில் சேவல் வந்தது. இவன், 'ச்சூ' என்று கையைப் பரக்க வீசினான். சேவல் சப்தமிட்டு இவன் தலைக்கு மேலாகப் பறந்து சென்றது. அதைப் பிடிக்க நாய் தாவிப் பாய்ந்தது. அதிலொன்றும் மனம் பதியாதவன்போல, சாவியைப் பூட்டில் மாட்டாமல், அதைப் பற்றி இழுத்தான். கதவு – நாதாங்கியோடு குலுங்கி ஆடியது. பூட்டைக் கதவோடு சேர்த்து ஒரு தட்டுத் தட்டினான். பூட்டை உடைத்தெறிய வேண்டும் போல இவனுக்குத் தோன்றியது. விரல்களை மடக்கிக் கதவில் ஒரு குத்து விட்டான்; அதைத் தொடர்ந்து இன்னொரு குத்து; மறுபடியும் ஒரு குத்து.

செல்லையாவுக்குக் கை வலித்தது. விரல்களை மடித்துக் கையை உதறிக்கொண்டான். கோழியைத் துரத்திச் சென்ற நாய் இரைக்க இரைக்க இவன் முன்னே வந்து குழைந்தது. சாவியைச் சொருகி வேகமாகத் திருகினான். பூட்டு திறந்துகொண்டது. நாதாங்கியை எடுத்துக் கதவைக் காலால் உதைத்துத் திறந்துகொண்டு உள்ளே சென்றான். கதவோரத்தில் கொஞ்சம் தயங்கித் தயங்கி நின்ற நாய் வாலை ஆட்டிக் கொண்டு பின்னால் அடியெடுத்து வைத்தது. உள்ளே சென்ற இவன் புதிதாக வந்தவனைப் போல் ஒவ்வொன்றையும் பார்த்தான்.

அடுப்புக்கு மேலே அலுமினிய பேசின்; ஓரமெல்லாம் கரியேறி இருந்தது. பேசினுக்கு மேலே ஒரு தட்டு, தட்டுக்கு ஒரு மூடி. இவன் மூடியை ஒரு விரலால் தள்ளி விட்டான். மூடி தரையில் விழுந்து சப்தமிட்டது. இவன் அதைக் கவனிக்காமலேயே தட்டைப் பார்த்தான். தட்டில் கருவாடு. சுட்டக் கருவாடு. பக்கமெல்லாம் தீயில் கருகியிருந்தது.

பேசின் சோற்றை எடுத்து வைத்து உட்கார்ந்தான். கருவாட்டை எடுத்து முன்னே வைத்துக்கொண்டான். நாய் இவனுக்கு நேர் எதிரே பின்னங் கால்களைத் தரையில் படிய வைத்து உட்கார்ந்து வளைந்த வால் தரையில் பட ஆட்டிக்கொண்டு நாக்கை நன்றாக வெளியில் நீட்டியபடி இருந்தது. இவன் நாயையே பார்த்துக்கொண்டிருந்தான். 'இம் மாதிரி நீண்ட கூர்மையான பற்கள் தனக்கு இருந்தால் கடித்துக் குதறலாம் –'

'உனக்கும் பசிக்குதா?' பெரிதாகச் சோற்றை உருட்டி வைத்தான். நாய் திடீரென்று எழுந்து சோற்றை இரண்டே வாயில் விழுங்கியது. இவன் நாயைப் பார்த்துக்கொண்டே மறுபடியும்

சோற்றை உருட்டி வைத்தான். நாயின் பரபரப்பு அடங்கியதும் செல்லையா சாப்பிடத் தொடங்கினான்.

‘சனியன், தினமும் முள்ளு கருவாடுதான் –’ வாயிலிருந்த சோற்றைத் துப்பி, ஈரில் குத்திய சன்னமான முள்ளை வெகு கவனமாகப் பிடுங்கித் தரையில் போட்டான். துப்பிய சோற்றை நாய் முகர்ந்து பார்த்துவிட்டு மூஞ்சியைப் பின்னால் இழுத்துக் கொண்டது. பேசினிலிருந்து கொஞ்சம் சோற்றை அரிந்து நாய்க்குப் பின்னால் அப்படியும் இப்படியும் போய்க்கொண்டு இருந்த கோழிக்குப் போட்டான். இவன் கையை உதறியதுதான் தாமதம், வெளியே இருந்து நான்கு பெட்டைக் குஞ்சுகள் வேகமாக ஓடி வந்தன. போந்தா சேவல் மடிந்து தொங்கும் கொண்டை எழும்பி படியப் படிய ஓட்டமென்றோ நடையென்றோ இல்லாமல் வந்தது.

செல்லையா உதடுகளைப் பன்றி மாதிரிக் குவித்து நீராகாரத்தைக் குடித்தான். நீராகாரம் குறையக் குறையப் பேசினில் கொஞ்சம் சோறும் கொஞ்சம் கல்லும் கிடந்தன. இவன் பேசினைக் கீழே வைத்துவிட்டுத் தரையில் கிடந்த கருவாட்டு முட்களை அள்ளிப் போட்டுக் கொண்டு போய்க் கொல்லையில் கொட்டிவிட்டுக் கை கழுவிக்கொண்டு வந்தான். கோழிகள் முன்னேறி இவன் சாப்பிட்ட இடத்தில் மேய்ந்து கொண்டிருந்தன. அவசரமே இல்லாதவன் போல அவைகளை விரட்டிவிட்டு வெளியே வந்தான். நாய் இவனுக்கு முன்னே வந்து நின்று கொண்டிருந்தது.

‘எலே, உங்கம்மா செத்த சுருக்கா வரச் சொன்னாடா’ குஞ்சம்மா சாணியும் கையுமாக வந்து சொன்னாள்.

செல்லையா அதற்குப் பதிலொன்றும் சொல்லவில்லை. ‘இவன் போகிறேன் என்கிறானா இல்லை என்கிறானா’ என்பது அவளுக்குப் புரியவில்லை.

‘அவளுந்தான் எம்மாந்தாம் அடிச்சுப் பாத்துட்டா. இது படியவே மாட்டேங்குதே’

செல்லையா நல்லெண்ணெயைக் கையில் ஊற்றித் தலையில் தடவிக் கொண்டான். சீப்பிற்காக அங்குமிங்கும் சென்று பார்த்தான்; சுவரைப் பார்த்தான்; மாடத்தைப் பார்த்தான்; பெட்டிமேல் பார்த்தான். அம்மா வைத்த சீப்பை இவனால் கண்டெடுக்க முடியவில்லை. நான்கு விரல்களை ஒருசேர மடித்துக் குவித்துச் சீப்புபோல் தலையைக் கோதிக்கொண்டான். கட்டை மயிர் படியாமல் குத்திட்டு நின்றது. கையால் பிடித்துப் பார்த்துக் கொண்டான்; மயிர் கைக்கு அடங்கவில்லை. இவனுக்கு இலேசாகச் சிரிப்பு வந்தது. போன வாரம் வரை நீளமான மயிர் வைத்துக்

கொண்டிருந்தான். அம்மாவுக்கு இவன்மேல் கோபம் வந்தால் எட்டித் தலைமயிரைப் பிடித்துக் கன்னத்தில் கிள்ளுவாள்; காதைப் பிடித்துத் திருகுவாள். சுவரோடு தலையை மோதுவாள். இவனுக்கு மயிர்க்காலெல்லாம் வலியெடுத்து உயிர் போவதுபோல் இருக்கும். அப்போதும் இவன் அழ மாட்டான். நுனி உதட்டைப் பல்லால் இறுகக் கடித்து அவளையே பார்த்துக்கொண்டு இருப்பான். இவன் அழ வேண்டும் – அழவைக்க வேண்டும் என்ற வேட்கை அவளுக்கு. 'ஒரு துளி அளுவ வருதா'. கோபம் பொங்கச் சுவரில் இவன் தலையை மோதுவாள், தேங்காய் உடைப்பது மாதிரி. இவன் கண்களை இமைக்கக்கூட மாட்டான். அம்மாவுக்கு முன்னே அழக்கூடாது என்ற வீம்பு இவன் மனசில் ஆழப் பாய்ந்திருந்தது.

அவள் இயலாமையில் சோர்ந்து மூச்சு இரைக்க, 'சனியே போய்த் தொலையேன் –' என்று இவனைத் தரையில் தள்ளி இடுப்பில் உதைப்பாள். இவன் மனத்தில் கோபம் பொங்கச் செயலற்று அவளையே பார்த்துக்கொண்டு இருப்பான்.

குஞ்சம்மா இருந்தால், 'அடி பாவி, ஏன்டீ இதக் கொல்லுற?' என்று இவனைப் பிடித்து வெளியே இழுத்துச் செல்வாள். அவள் வராவிட்டால் தன் தாய் அடித்துச் சோரும் வரையில் இவன் அப்படியே கிடப்பான்.

போனவாரம் மயிர் வெட்டிக் கொள்ள அவள் இவனுக்குக் காசு கொடுத்ததும் நேராகப் பரியாரியிடம் போய், குட்டையா, ரொம்பக் குட்டையா மயிர் வெட்டச் சொன்னான். அவன் மொட்டை மாதிரி கரண்டி விட்டான். இவன் தலையைத் தடவிக் கொண்டு வீட்டில் வந்து நின்றதும் அவள் தன்னையும் அறியாமல் சிரித்துவிட்டாள்.

'ரொம்பச் சமத்துதான் போ'

செல்லையா மேல் சட்டையை எடுத்து மாட்டிக்கொண்டு வெளியே வந்தான். தாழம்பூவைக் கையில் சுற்றியபடி சாவியைக் கொடுக்கக் குஞ்சம்மாளிடம் சென்றான்.

'சாவி'

'இங்க சொருவு'

அவள் குந்திய வாக்கிலே கொஞ்சம் இடுப்பை வளைத்துக் காட்டினாள். இவன் முகத்தைச் சுளித்துச் சாவியை அவள்மேல் வீசிப் போட்டுவிட்டுத் திரும்பினான்.

'மருமவ பிள்ளைக்கு ரொம்ப வெக்கந்தான்'. இவன் திரும்பிப் பார்த்தான்.

'சந்தைக்குத்தானே –'

பதிலொன்றும் சொல்லாமல் தன்கூட வந்த நாயை, 'ச்சூ' என்று விரட்டினான். நாய் கொஞ்ச தூரம் சென்று வாலை ஆட்டியது. இவன் குனிந்து ஒரு கல்லையெடுத்தான்.

'சந்தைக்குப் போ. இல்லாட்டா அவ வந்து ஒன்னத் தின்னுடுவா'

இவன் நாயை நோக்கிக் கல்லை வீசினான். கல் தன்னை நோக்கி வருவதைப் பார்த்ததும் நாய் வேகமாக ஓட ஆரம்பித்தது. இவன் நாய் ஓடுவதையே பார்த்துக்கொண்டிருந்தான். பார்வையிலிருந்து அது மறைந்ததும் தாழம்பூவை எடுத்துக்கொண்டு சாலை வழியே நடக்க ஆரம்பித்தான். இவனுக்கு முன்னே தயிர்க்காரி சென்று கொண்டிருந்தாள். அவள் நடையிலிருந்து அக்கரையிலிருந்து வருகிறவள் என்பதைத் தெரிந்துகொண்டான். தான் பார்க்கும் போதெல்லாம் அவள் ஆற்றில் இறங்கி வருவது இவனுக்கு நினைவிற்கு வந்தது. அம்மா மாதிரி இல்லாமல் நல்லவளாக இருக்க வேண்டும். இல்லாவிட்டால் தினந்தினம் காவேரியைத் தாண்டி வர முடியுமா...

செல்லையாவுக்கு வெகு அருகில் மணியோசை கலகலவென்று மணிகள் குலுங்கி உதிர்வது போலக் கேட்டது. அதைத் தொடர்ந்து கரகரப்பான குரலில் ஒருவன் அதட்டும் சப்தம். ஒதுங்கி நகர்ந்து கொண்டான். இவனைத் தாண்டிக் கொண்டு வில் வண்டி ஒன்று சென்றது. பச்சை வண்டி; மீசையும் முண்டாசுமாக ஒரு கிழவன் வேகமாக வண்டி ஓட்டிச் சென்றான். பெரிய பெரிய மாடுகள் நடக்காமல் ஓடின. இவன் தன்னைக் கடந்து முன்நோக்கிச் செல்லும் வண்டியையே பார்த்துக்கொண்டு நின்றான். பின்பு இவன் ஓடிச் சென்று வண்டியைப் பிடித்துக்கொண்டான்.

வண்டியில் தாயும் மகளும், பேச்சு சுவாரசியத்தில் இவனை அவர்கள் கவனிக்கவில்லை. இவன் எவ்வித நினைப்புமின்றி ஒரே சீராக மணிகள் குலுங்க ஓடும் வண்டியைப் பிடித்துக்கொண்டு ஓடினான். கால்களில் புழுதி படர்ந்துகொண்டே வந்தது.

எதிரே ஒரு பஸ். வண்டியின் வேகம் குறைந்தது; ஓரம் ஒதுங்கியது. பெண்களின் இடைவிடாத பேச்சு கொஞ்சம் நின்றது. வெளிப்புறமாகத் தலையைத் திருப்பிய அம்மா இவனைப் பார்த்து, 'யாருடா அப்பா நீ' என்று கேட்டாள்.

இவனுக்கு என்ன பதில் சொல்வதென்று தெரியவில்லை. மேலே உயர்ந்த பார்வை திரும்பியது. இடம் மாறி வந்திருப்பது இவனுக்குப் புலனாகியது. மரங்களும் செடிகளும் மறைய

கட்டிடங்கள் நிறைந்திருந்தன. இவன் கை தயக்கத்துடன் கொஞ்சம் கொஞ்சமாக உயர்ந்தது.

பூவைக் கண்டதும் இளம்பெண் முகம் மலர, 'பூக்காரன் அம்மா' என்றாள். பின்பு முன்பக்கம் திரும்பி, 'கொஞ்சம் வண்டியை நிறுத்துங்க' என்றாள்.

வண்டி ஓடிச் சாலையின் ஓரத்தில் நின்றது.

'இப்படிக் கொடு'

இவன் தாழம்பூவைத் தந்தான்.

அவள் மூக்கோடு வைத்து முகர்ந்துகொண்டே, 'நல்ல வாசனை' என்றாள்.

'எவ்வளவுடா பையா'

அவள் மடலைப் பிரித்து, 'அவனெ என்னம்மா கேக்கறது' என்றாள்.

'ரெண்டணா தரட்டுமாடா பையா'

இவன் பேசாமல் தாயையும் மகளையும் மாறி மாறிப் பார்த்துக்கொண்டிருந்தான்.

'இன்னும் அரையணா சேர்த்துத்தான் கொடேன் அம்மா'

'இதுக்கா'

'உம்' அவள் தலையசைத்தாள்.

'எங்கயாச்சும் திருடியாந்து இருக்கும்'

அவள் சிரித்துக்கொண்டே, 'போகட்டும் போ, நம்ப தோட்டம் இல்லையே' என்றாள்.

'உன் தங்க மனசுக்குக் கடவுள்தான் கண் திறக்கணும்' என்று சொல்லி இவனிடம் காசை எடுத்துக் கொடுத்தாள். புதுக் காசு பளபளவென்று மின்னியது. கண்களை இமைக்காமல் அதையே பார்த்துக்கொண்டிருந்தான். மனம் திருப்தியிலும் சந்தோஷத்திலும் மூழ்குவதுபோல இருந்தது. ஹாரன் சப்தம். பச்சை பஸ் இவனை ஒட்டிச் சென்றது. நகர்ந்துகொண்டான். சாலையில் பார்வை பதிந்தபோது மாட்டு வண்டி புழுதியில் மறைந்துகொண்டிருப்பது தெரிந்தது.

செல்லையா காசைப் பையில் போட்டுக்கொண்டு வெறுமையான குறுக்குச் சாலையில் இறங்கினான். இரு பக்கமும்

கத்தாழை; குத்துக் குத்தாகக் காய்ந்து உலர்ந்த சில மடல்கள் மண்ணில் மறைந்துகொண்டிருந்தன. மணலான சாலையில் – அது எங்கு போகிறது என்பது தெரியாமலே நடந்தான்; பயமும் துக்கமுமின்றித் தனக்கு வழி தெரியும் என்ற பாவனையில் வேகமாக நடந்தான். இவனுக்கு எதிரே கருத்த பையன் ஒருவன் கோவணங்கூட இன்றி மாடொன்றை அதட்டி ஓட்டி வந்தான். அவன் கையில் அவனை விட நீளமான கொம்பு. அவன் இவனைக் கவனிக்காமலேயே மாட்டை ஓட்டிக்கொண்டு இவனைத் தாண்டிச் சென்றான். இவன் சீட்டி அடித்துக்கொண்டான். நடை துரிதமாகியது. வண்டிச் சோடைகள் அழுத்தமாகத் தெரிந்தன. சாலை வாய்க்காலில் இறங்கியது. ஆழமற்ற வாய்க்கால். முட்டிக்குக் கீழே தெளிந்த தண்ணீர். இவன் நடு வாய்க்காலில் நின்று இரண்டு கைகளையும் குவித்துத் தண்ணீரை அள்ளிக் குடித்தான். மற்றொரு கை அள்ளி வாயில் நிரப்பிக்கொண்டு கரைக்கு வந்ததும் தண்ணீரைப் பீச்சியடித்தான். வாய்த் தண்ணீர் போனதும் கீழே கிடந்த கறுத்த பானையோட்டை எடுத்துக் கொஞ்சம் பின்னால் சென்று தண்ணீரில் தத்துச் சில் விட்டான். ஓட்டுச்சில் தண்ணீரில் ஒரு தாவுத் தாவிச் சென்று கரையில் பாய்ந்து மணலில் விழுந்தது.

'சில்லுவிட ஓடுதான் சரி' என்று சொல்லிக்கொண்டு கையை ஆட்டியபடி நடந்தான். கொஞ்ச தூரம் போனதுமே ஐந்தாறு வீடுகள் தென்பட்டன. சாலையோரத்தில் இலுப்பை மரத்தின் கீழ் ஒடிசலான கிழவன் பானை செய்துகொண்டு இருந்தான். இவன் நடை தடைப்பட்டது. தயங்கித் தயங்கி அவன் பக்கமாக இவன் சென்றான். சக்கரம் சுழலுவதை உற்றுப் பார்த்த வண்ணம் நின்றான்.

கிழவன் இடுப்பில் கை வைத்து இவன் பக்கமாகத் திரும்பி, 'எங்க போற' என்று கேட்டான்.

செல்லையா பதிலொன்றும் சொல்லாமல் தனக்கு முன்னே தெரியும் குறுகலான சாலையில் நிதானமாக நடக்க ஆரம்பித்தான். நடக்க நடக்கச் சாலை அகண்டும் குறுகியும் நீண்டும் வந்தது. பாதங்கள் புழுதி மண்ணில் லேசாகப் பதிய, கைகளை அசைத்து மெல்ல ஓட ஆரம்பித்தான். ஓடிக் களைத்துச் சோரும் சமயத்தில் சிறிய சாலை இன்னொரு பெரிய சாலையோடு கூடியது. அதில் ஊர்வதுபோல இரண்டு வண்டிகள் சென்றுகொண்டிருந்தன. இவன் அவைகளை மனத்தில் இலக்காக வைத்துச் சென்றான்.

செம்மறி ஆடுகள் மந்தையாகச் சாலையைக் கடந்து புழுதியைப் பரப்பிச் சென்றன. கண்களை மூடிக்கொண்டான். அடிவயிறு வலிப்பதுபோல் இருந்தது. கையால் தடவி விட்டுக்

கொண்டான். வலி சிறிது குறைந்து வருவது போல் இருந்தது. அடியெடுத்து வைக்கயில் மீண்டும் வலியெடுத்தது. தனியாக ஒவ்வொரு அடிக்கும் வலியெடுத்தது. இனி நடக்க முடியாதுபோல் தோன்றியது. சாலையை ஒட்டி எதிரே—இருந்த புங்க மரத்தடியில் கால்களை நீட்டிக்கொண்டு உட்கார்ந்தான். மரக் கிளைகளில் நிறைய கிளிகள் வந்தமர்வதும், பறப்பதுமாக இருந்தன. உதிரும் பூவிதழ்களையும் இலைகளையும் பார்த்துக்கொண்டே வேரில் தலையைச் சாய்த்துக்கொண்டான். இமைகள் குவியத் தொடங்கின.

இவன் எழுந்தபோது பொழுது சாய்ந்து கொண்டிருந்தது. தூங்கிவிட்டது இவனுக்கு ஆச்சரியத்தைத் தந்தது. சோம்பல் முறித்துச் சாலைக்கு வந்தான். ஒரு பார வண்டி இவனைக் கடந்து சென்றது. அதில் ஐந்தாறு பெண்கள் இருந்தார்கள். அவர்கள் பக்கத்தில் பிரப்பங் கூடையில் சாமான்கள். இவனுக்குத் தன் தாயின் நினைவு வந்தது. குஞ்சம்மா சொன்னதும் உடனே நினைவுக்கு வந்தது. சட்டைப் பையில் காசு குலுங்கியது. பையில் கை விட்டுத் துழாவிக்கொண்டே நடந்தான். 'இப்படித்தான் சந்தைக்குப் போகவேண்டும்' என்று சொல்லியவாறு நடக்க ஆரம்பித்தான்.

'தன் தாயைக் கண்டுபிடித்துவிட வேண்டும்' என்கிற வேகம் இவனுள் மூண்டது. நடை துரிதமாகி ஓட்டமாக மாறியது. செல்லையா விரைந்து ஓடுகையில் மேற்கத்திய மாடுகள் பூட்டிய வண்டி நிதானமாகச் சந்தைப் பக்கம் சென்றுகொண்டு இருந்தது. இவன் அதைத் தாண்டிப் பள்ளத்திலும் மேட்டிலும் இறங்கி ஏறி கிழக்காகத் திரும்பிச் சந்தைக்குள் நுழைந்தான். ஒரு பார வண்டியை இரண்டு பேர் பிடித்துத் தள்ளிக்கொண்டு இருந்தார்கள். சாயத் துண்டில் முண்டாசு கட்டிக்கொண்டிருந்த கிழவன் மாட்டை அதட்டி ஓட்டிக்கொண்டிருந்தான். கருப்பு மாடு வாலைத் தூக்கிச் சாணி போட்டது. தொரதொரவென்று சாணி தரையில் விழுந்து நாலாப்பக்கமும் சிதறியது. சாணி மேலே பட்டுவிட்டதால் துலுக்கப் பெண் ஒருத்தி உருதுவில் கத்திக்கொண்டே போனாள். இவன் அவள் மேல் உராய்ந்தபடி சந்தைக்குள் புகுந்தான்.

முன் வண்டி நகராததால் பின்னால் புளி வண்டியும், வெல்ல வண்டியும் நின்றன. வண்டி இடுக்கில் புகுந்து மிளகாய்க் கடைகளையும், தானியக் கடைகளையும் தாண்டி வேர்க்கடலை விற்கும் பகுதிக்குச் சென்றான். இங்குதான் அம்மா மாலைப்பொழுதில் காணப்படுவாள் என்பது அவனுக்கு நினைவுக்கு வந்தது. உயரமாக, சின்ன மீசையோடு மார்பில் புலிப்பல் கட்டிக்கொண்டு வேர்க்கடலை விற்கிறவன் பக்கத்தில் உட்கார்ந்து சிரித்து டீ குடித்துக்கொண்டு இருப்பாள். இருட்ட

ஆரம்பிக்கிற சமயத்தில் இருவரும் ஒன்றாகப் புறப்பட்டு இடித்து இடித்துக்கொண்டு ரயில் கேட் வரையில் வருவார்கள். அது தாண்டியதும் அவன் நின்றுவிடுவான்.

செல்லையா அவளைத் தேடினான். அவசரமே இல்லாதவன் போலப் பராக்குப் பார்த்துக்கொண்டு அங்குமிங்கும் சென்று பார்த்தான். ஒரு பக்கமாக ஒதுங்கி, வெங்காய மண்டிப் பக்கத்தில் நின்று எங்கிருந்தாவது வருகிறாளா என்று பார்த்தான். கைகளைப் பின்னுக்குக் கட்டிக்கொண்டு இரண்டடி முன்னே வந்து நின்றான். மீன்காரி இவனை இடித்துக்கொண்டு போனாள். இவன் சட்டையை உதறி விட்டுக் கொண்டான். போன மாதம் அம்மா உருளைக் கிழங்கு வியாபாரியோடு குந்தி இருந்தது நினைவுக்கு வந்தது. இவன் ஒவ்வொரு அடியாக எடுத்து வைத்துப் பரபரப்பு ஏதுமில்லாமல் அந்தப் பக்கமாகச் சென்றான். தங்கக் காப்புக்கார உருளைக் கிழங்குக்காரன் வாயில் சுருட்டை வைத்துக் கொண்டிருந்தான். இவன் பார்வை அவன் மேலிருந்து இறங்கிச் சாலையில் படிந்தது. ஒரு பார வண்டி மெல்லப் போய்க்கொண்டு இருந்தது. சந்தைக் கூலிகள் கூடையைச் சாய்த்துத் தலையில் வைத்து வெற்றிலையைக் குதப்பிக் கொண்டு சென்றார்கள். எங்குப் பார்த்தாலும் ஜனத்திரள். சப்தங்கள் உயர்ந்தும் தாழ்ந்தும் பலவித வடிவங்களில் காதைத் துளைத்துக்கொண்டு சென்றன.

இவனுக்கு அந்தச் சூழலே எரிச்சலைத் தந்தது. தலையைத் திருப்பி ஒரு ஓரமாக எச்சிலைத் துப்பிவிட்டு வேகமாக நடக்க ஆரம்பித்தான். கூட்டத்தில் புகுந்து ஆட்கள் மீது இடித்துக்கொண்டு வெளியே வந்ததும் புதுக் காற்று மேலே பரவுவது செல்லையாவுக்கு இதமாக இருந்தது. சட்டையைத் தூக்கி முகத்தை அழுத்தித் துடைத்துக்கொண்டான். ஏதாவது சாப்பிட வேண்டும் போல் தோன்றியது. எதிரே புளிய மரத்தடியில் இருந்த டீக்கடைக்குச் சென்று பெஞ்சியில் உட்கார்ந்து, 'ஸ்டாங்கா டீ' என்றான்.

டீ மாஸ்டர் நுரை பொங்க டீ அடித்து வந்து இவன் முன்னே சடக்கென்று வைத்தான். இவன் டீயைக் கையில் எடுக்காமலேயே புளிய மரத்தில் ஒட்டி இருந்த சினிமா போஸ்டரில் பார்வையை ஓட்டினான்.

ஒரு பெண்ணின் தோள் மீது ஒருவன் தாடையை வைத்து அழுத்திக் கொண்டு இருப்பதைப் பார்க்கப் பார்க்கத் தன் தாயின் நினைவு வந்தது. உடனே ஓடிவிடவேண்டும்போல் இவனுக்குத் தோன்றியது. அவசரமாக டீ கிளாசை அழுத்திப் பிடித்தெடுத்தான். கிளாஸ் சுட்டது. கிளாஸைச் சுழற்றிச் சுழற்றி டீயை ஆற்றிக் குடித்தான். காசைக் கொடுத்துவிட்டுக் குறுக்காக இறங்கி நடக்க ஆரம்பித்தான்.

மேட்டின் இறக்கத்தில் ஐந்தாறு பேர்கள் கோலி விளையாடிக் கொண்டிருந்தார்கள். இவன் தன்னையறியாமலேயே அங்கே நின்றான். அவர்கள் விளையாடுவதை ஒருவிதமான ஆச்சரியத்தோடு பார்த்தான்.

ஒரு பெரிய பையன். நொண்டி, கோலியைச் சரியாகப் போட்டு மற்றவர்கள் காசையெல்லாம் அள்ளிக்கொண்டிருந்தான். செல்லையா அவன் பக்கமாக நகர்ந்து நின்றுகொண்டான். நொண்டி கொஞ்சம் நகர்ந்து சிவப்புக் கோலிக்கு எதிரே நின்று கையை நீட்டி, 'இங்க இருந்து யார் போடுறா?' என்று கேட்டான்.

மற்றவர்கள் பேசாமல் அவனையே பார்த்துக்கொண்டு இருந்தார்கள். அவன் காலை இழுத்து ஓரடி முன்னே வந்து, மறுபடியும் 'இங்க இருந்து –' என்றான்.

செல்லையா பார்வை கோலியில் பதிந்தது.

'இங்க இருந்து –' அவன் மேலும் முன்நோக்கிச் சென்றான்.

செல்லையா, 'நான் போடுறேன்' என்றான்.

'நீயா?' இவனைப் போலவே இருந்த இன்னொரு பையன் கேட்டான்.

'செல்லையா நொண்டியின் பக்கம் திரும்பி, 'நான் போடுறேனே' என்று அடக்கமாகக் கேட்டான். அவன் விசித்திரமாக இவனைப் பார்த்து, 'காசு இருக்கா' என்றான்.

செல்லையா அவசர அவசரமாகப் பையில் கைவிட்டுப் பளபளக்கும் ஓரணாவை எடுத்து அவன் மூஞ்சிக்கு நேராகக் காட்டிக் கீழே போட்டான்.

நொண்டி தலையசைத்துக் கொண்டான். காதில் சொருகி யிருந்த பித்தளை இரண்டணாவை எடுத்துக் கீழே போட்டான். இவன் காசு மேல் அது விழுந்து சப்தமிட்டது.

இவன் திரும்பி, 'ஒரு கோலி கொடு' என்று நொண்டியைக் கேட்டான். சின்னப் பையன் ஒருவன் பச்சைக் கோலியை நீட்டினான். இவன் அதை வாங்கி உள்ளங்கையில் வைத்து நன்றாகத் தேய்த்துக்கொண்டான். கையை நீட்டி மடக்கினான். நொண்டி இவன் செய்கைகளைப் பார்த்துப் புன்சிரிப்பு சிரித்து உதடுகளைக் குவித்துச் சீட்டியடித்தான்.

பார்வை கோலிமீது படிய கை நீண்டு வெகு நிதானமாகக் கோலியை உருட்டியது. அது சீராக ஓடி, பக்கத்தில் நின்றது. இவன் குனிந்து காசை எடுத்துப் பையில் போட்டுக்கொண்டு அவர்கள் பக்கம் திரும்பினான். அவர்கள் எதிர்பாராத தோல்வியால்

சங்கடப்படுவதுபோல இவனுக்குத் தோன்றியது. நொண்டி சிரித்துக் கடைக் கண்ணால் இவனை அளந்தான்.

'இன்னொரு வாட்டி'

செல்லையா தலையசைத்தான்.

'எவ்வளவு?'

'ரெண்டணா'

இவன் பையிலிருந்து காசையெடுத்துப் போட்டுவிட்டுக் கோலியை உருட்டினான். கோலி உருண்டு சென்று முன்னை விட நெருக்கமாக நின்றது. செல்லையா குனிந்து காசையெடுத்துப் பையில் போட்டுக்கொண்டான்.

நொண்டி செல்லையா பக்கமாகத் திரும்பி, 'நல்லா ஆடுறீயே' என்றான்.

பதிலொன்றும் சொல்லாமல் தலையசைத்தான் செல்லையா.

'இன்னொரு வாட்டி'

'உம்–'

'ரெண்டணா–' நொண்டி காசைக் கீழே போட்டு விட்டு, 'இந்தக் காசும் உனக்குத்தான்' என்றான்.

'என்னமோ நிக்குது' என்று பட்டும் படாமலும் சொல்லிப் பையிலிருந்து காசையள்ளிச் சில்லறையாகப் பொறுக்கி எடுத்தான்.

'பணமா இல்லியா'

'இதுவும் பணந்தானே'

நொண்டியின் தலை திடீரென்று உயர்ந்தது. 'சரிதான் போடு' என்று எரிச்சலுடன் சொன்னான்.

'போடுடா' என்றான் ஒரு சின்ன பையன். ஒருவன் 'ஊ' என்று கத்திக்கொண்டு இவனைச் சுற்றி நொண்டி அடித்துக் கொண்டு வந்து கீழே வேண்டுமென்றே விழுந்து கலகலவென்று சிரித்தான். இவையெல்லாம் தனக்குச் சம்மதம் இல்லை என்று சொல்வதுபோல் இவன் கோலியைப் பார்த்துக்கொண்டே இருந்தான். இந்த முறை ரொம்பவும் கவனமாகப் போடவேண்டும் என்று மனத்திற்குள்ளே தீர்மானித்துக் கொண்டான். கையைக் கொஞ்சம் பின்னுக்கு இழுத்து நிதானமாகக் கோலியை உருட்டினான். இவன் எண்ணப்படியே கோலி உருண்டு சென்று நான்கு விரல் இடைவெளியில் நின்றது. இவன் தலையைத் தூக்கி எல்லோரையும் பார்த்தான். வெற்றி இவனுக்குக் களிப்பளித்தது.

சா. கந்தசாமி

ஆர்ப்பாட்டம் தன்னை ஒன்றும் செய்யாது என்று சொல்வதுபோல் தலையசைத்து, மண்ணோடு காசையள்ளிப் பையில் போட்டுக் கொண்டான். நொண்டி ரொம்பவும் விசித்திரமாகப் பார்த்துக் கொண்டே இருந்தான். இவன் அவனைக் கவனிக்காதவன் மாதிரி மரத்தில் அப்போதுதான் வந்து அமர்ந்த காகத்தையே பார்த்துக் கொண்டிருந்தான். ஒரு பையன் எகிறிக் குதித்து 'ச்சூ'வென்று கைகளை வீசினான். அவன் குரலால் காகம் கலவரமுற்று பலமாகக் கரைந்து வேகமாகப் பறந்தது.

'இன்னொரு வாட்டி'

செல்லையா தலையசைத்தான். மனதில் உற்சாகம் பொங்கியது. அவனிடம் எவ்வளவு காசு இருக்கிறதோ அவ்வளவையும் அடித்துக் கொண்டு போய்விட வேண்டும் என்ற வேகம் இவனுள் எழுந்தது. கைகளை வீசி, அவனை நேராகப் பார்த்து, 'எவ்வளவு?' என்று கேட்டான்.

நொண்டி பதிலொன்றும் பேசாமல் இவன் காலுக்குக் கீழே குந்தி, கசங்கிய ஒரு ரூபாய் நோட்டை எடுத்துப் போட்டான்.

'ரூபாயா?'

'பயமா இருக்கா?'

'எனக்கென்ன பயம்?'

'பின்ன பேசாம ஆடேன்'

'சரிதான்'

ஒரு பையன் ஊதா கோலியை இவனை நோக்கிப் போட்டான். இடது கையால் அதைப்பற்றி உள்ளங்கையில் வைத்து உருட்டிப் பார்த்தான். கோலி ஒரு பக்கத்தில் சில்லாக உடைந்திருந்தது. இவன் அதையே ஒரு கணம் பார்த்துவிட்டு, 'இது வேணாம்' என்று கீழே வீசிப் போட்டான்.

'ஏன்'

'ஒடஞ்சு இருக்கு'

'ஐயாவுக்குப் புதுசுதான் வேணுமாக்கும்'

இவன் பேசாமல் நின்றுகொண்டிருந்தான்.

'அப்ப இந்தா'. நொண்டி நீல நிறக் கோலியைச் சட்டைப் பையிலிருந்து எடுத்துக் கீழே போட்டான். இவன் அதை எடுத்துத் திருப்பித் திருப்பிப் பார்த்தான்.

தக்கையின் மீது நான்கு கண்கள்

'பெரிய ஆட்டக்காரந்தான், சுருக்கா போடு'

'ஏன் கோவிச்சுக்கற'

'எல, சும்மா போடுடா'

கோவப்படாமல் இருக்கச் செல்லையா கீழ் உதட்டைப் பல்லால் அழுத்திக் கடித்துக்கொண்டான்.

ஆடவேண்டுமென்று தீர்மானித்துக் கொண்டவனாக முழுக் கவனத்தையும் கோலியின் மீது செலுத்தினான்.

செல்லையா உருட்டிய கோலி இடைவெளி ஏதும் இல்லாமல் நன்றாக ஒட்டிக்கொண்டது. அவர்கள் ஒருவித பயத்தோடும் வியப்போடும் இவனைப் பார்த்தார்கள். எங்கிருந்தோ வந்த பையன் ஒரு ஆட்டங்கூட விடாமல் காசை அள்ளுவது இவர்களுக்கு அச்சத்தைத் தந்தது. செயலற்றுப் போனவர்கள் போல் திகைத்து, பின் கொஞ்சம் தெளிவுற்று நொண்டியின் பக்கம் அரை வட்டமாகக் குழுமினார்கள்.

நொண்டி வேகமாக எழுந்து போய் கோலியை எடுத்து இன்னும் சற்றுத் தள்ளிப் போட்டு 'இங்க இருந்து' என்று செல்லையாவைப் பார்த்துக் கேட்டான்.

'எங்க இருந்தாலும் சரிதான்'

'ஒத்த ரூபா'

நொண்டி இரண்டு ரூபாய் நோட்டை எடுத்து நீட்டிச் 'சில்லறை கொடு' என்றான்.

'அப்பறமா – போட்டுட்டு'

'கொடுத்துட்டுத்தான் போடேன்'

செல்லையா கொஞ்சம் தயங்கினான். இப்படியே ஆடிக் கொண்டு போவது சரி இல்லை என்று தோன்றியது. ஆனாலும் இப்போது பின்வாங்க முடியாது. அவர்களாகப் பின்வாங்கும் வரையில் தொடர்ந்து ஆடத்தான் வேண்டும் என்று தனக்குத்தானே சொல்லிக் காசை அள்ளி எண்ண ஆரம்பித்தான்.

ஒரு பையன் பின்னால் வந்து புறங்கையில் உதைத்தான். காசு நாலாப் பக்கமும் சிதறியது. இவன் அதிர்ச்சியிலிருந்து விடுபட்டுத் திரும்புவதற்குள் முதுகில் ஒரு குத்து விழுந்தது. தண்டுவடத்தின் மூலம் வலி கிர்ரென்று கீழே இறங்குவது போல இருந்தது. தடுமாறிக் கொண்டு விழப் போனவன் தன் சக்தியையெல்லாம் திரட்டிச்

சா. கந்தசாமி

சமாளித்துத் தன்னையே பார்த்துக்கொண்டு நின்ற நொண்டியின் மேல் பாய்ந்து மூக்கில் குத்தினான். சாய்ந்த அவன் உடலை நெளித்து இவன் இடது கையைப் பற்றி முறுக்கினான்.

நொண்டி சடேரென்று பிடியைத் தளர்த்தி, குனிந்து இவன் அடிவயிற்றில் தன் நீளமான காலால் உதைத்தான். இவன் உதையைச் சரியாக வாங்கிக்கொண்டு தன் இடத்திலிருந்து எழும்பி அவன் மேல் பாய்ந்து தலை மயிரைப் பற்றி இரத்தம் வரும்படியாகக் கன்னத்தைக் கடித்தான். அவனை விட்டுவிட்டு நிமிர்ந்தபோது பின்னால் ஒருவன் குத்தினான். முகத்துக்கு எதிரே ஒருவன் கல்லைத் தூக்கிக்கொண்டு வந்தான். இவனுக்குத் தன்னால் தாக்குப் பிடிக்க முடியாது என்று தோன்றியது. பல்லைக் கடித்துக்கொண்டு அவர்களைப் பிடித்துத் தள்ளிவிட்டு ஓட ஆரம்பித்தான். இவன் ஓட ஆரம்பித்ததும், பயம் அகல, தெம்பு வந்தது அவர்களுக்கு. வேகமாக, ரொம்ப வேகமாக, செடிகளையும் மரங்களையும் தாண்டி ஓடும் இவனைப் பிடிக்கக் கத்திக் கொண்டும், கற்களை வீசிக்கொண்டும் ஓடி வந்தார்கள். நிற்காமல் திரும்பித் திரும்பிப் பார்த்து இவன் ஓடினான். அவர்கள் அரைவட்டம்போல இவனை வளைத்துக்கொண்டு தொடர்ந்து வந்துகொண்டிருந்தார்கள். நொண்டி எல்லோருக்கும் பின்னால் கால்களை இழுத்துக்கொண்டு கைகளை ஆட்டியபடி, 'விடாத, பிடி, ஒத' என்று கத்திக்கொண்டு வந்தான்.

இப்படியே தான் ஓடிக்கொண்டிருந்தால் அவர்கள் பிடித்து விடுவார்கள் என்று செல்லையாவுக்குத் தோன்றியது. கால்களைத் தரையில் அழுத்திக் கொஞ்ச தூரம் வேகமாக ஓடித் திடீரென்று கீழே குனிந்து கல்லை எடுத்து நின்று, 'நில்லுங்கடா' என்று பெருங்குரலில் கத்தினான். எதிர்பாராத சப்தத்தால் கலவரமுற்று அவர்கள் திகைத்து நின்றார்கள். இவன் கல் பறந்தது. ஒரு பையன் மண்டையைப் பிடித்துக் கொண்டு கீழே உட்கார்ந்தான். அவர்களுக்கு என்ன செய்வதென்று புரியவில்லை.

நொண்டி, 'விடாதீங்க, பிடிங்க –' என்று கத்தினான். அவர்கள் கற்களை எடுத்துச் செல்லையாவை நோக்கி வீசினார்கள். இவனும் கற்களை வீசிக்கொண்டு கொஞ்சம் கொஞ்சமாக நகர்ந்தான். இவன் ஓட ஓட அவர்கள் இவனைப் பிடித்துவிட வேண்டும் என்ற தீர்மானத்தோடு கூட்டமாகத் துரத்தினார்கள். இவன் தப்பினால் போதுமென்று சாலையிலிருந்து ஒதுங்கிப் புதர்களின் பின்னால் மறைந்து வாய்க்கால் ஓரமாக ஓட ஆரம்பித்தான். கால்களில் நத்தையோடுகள் வெட்ட, சேறு மேலெல்லாம் தெறிக்க இவன் ஓடினான். திரும்பித் திரும்பிப் பார்த்துக்கொண்டே ஓடினான். கால்கள் சோர்ந்தன. சற்று நின்று கோரையில் மறைந்து

தக்கையின் மீது நான்கு கண்கள்

உட்கார்ந்தான். கால்கள் அரித்தன. கண்கள் கரைமீது பதிய, செவி ஒவ்வொரு சப்தத்தையும் வெகு உன்னிப்பாகக் கிரகித்தது.

ஒரு எருமை மாடு கோரையில் புகுந்து சென்றது. முதலில் பயந்த இவன் தைரியமுற்று அதன் பின்னால் மறைந்து எட்டிப் பார்த்தான். அவர்கள் வருவது தெரியவில்லை. ஒருவேளை வழி தவறி அநேகமாகச் சாலை வழியே சென்றிருக்க வேண்டும் என்று நினைத்தபடி கரைக்கு வந்தான். பைக்குள் கை சென்றது. நன்றாகத் துழாவிப் பார்த்தான். ஒரு காசுகூட இல்லை. மேல் சட்டையில் பார்த்தான். மறுபடியும் கால் சட்டையில் பார்த்தான். ஒரு காசுகூடக் கிடைக்கவில்லை.

ஜெயித்த காசு போனதைவிட, தன் காசு போனதை விட, உதை வாங்கியதுதான் செல்லையாவுக்கு வேதனையளித்தது. வந்த அழுகையை நுனிப் பல்லால் கடித்து அடக்கிக்கொண்டு நடக்க ஆரம்பித்தான்.

பொழுது இருட்டி வந்தது.

சீக்கிரம் வீட்டிற்குப் போகவேண்டும் என்று நினைப்பு வந்ததுமே, வீட்டிற்குப் போனதும் அம்மா என்ன சொல்லும் என்ற கேள்வியும் இவனுள் பிறந்தது. 'கோவமா இருந்தா அடிக்கும் – இல்லாட்டா –' என்று முணுமுணுத்துக்கொண்டே மேல் சட்டையைக் கழட்டினான். முதுகில் இரண்டு இடத்தில் நீளமாகக் கிழிந்திருந்தது. கிழிசலையே கொஞ்ச நேரம் பார்த்துக் கொண்டிருந்தான். இவன் மனம் பரபரத்தது. சட்டையைப் பற்களுக்கிடையில் வைத்துக் கிழித்தான்; நார் நாராகக் கிழித்தான். கிழிந்த சட்டையை அவசரமே இல்லாதவன் போலப் பந்து மாதிரி சுருட்டி வாய்க்காலில் வீசியெறிந்தான். மிதந்த சட்டையில் கல்லை எடுத்துப் போட்டு அமிழ வைத்துவிட்டுத் துள்ளு நடையில் சீட்டியடித்துக் கொண்டு நடக்க ஆரம்பித்தான். நடக்க நடக்க வழி நீண்டு கொண்டு போவதுபோல் இருந்தது.

பாலத்திற்கு இன்னும் நடக்க வேண்டும். அப்புறம் – பின்னால் திரும்பி வீட்டிற்கு வரவேண்டும் என்பது இவன் நினைவுக்கு வந்தது.

கால் சட்டையைக் கழட்டிச் சுருட்டி ஒரு கையில் எடுத்துக் கொண்டு வாய்க்காலில் இறங்கினான். தண்ணீர் இளஞ்சூடாக இருந்தது. நீரைக் கையால் வெட்டினான். மீன்கள் துள்ளிக் குதிப்பது மங்கும் பொழுதிலும் தெரிந்தது. சிறிது தூரத்தில் தண்ணீர்ப் பாம்பு தலையை அசைத்துக்கொண்டு போனது. தண்ணீரைத் தள்ளினான். பாம்பு நீரில் மூழ்கியது. இவன் நிதானமாகக் காலை இழுத்து இழுத்து வைத்துச் சென்றான். முன்நோக்கிச் செல்லச் செல்ல, தண்ணீர் ஏறிக்கொண்டே வந்தது. கழுத்துக்கு

சா. கந்தசாமி

வந்து, அலையாக எழும்பி மூக்கில் மோதியது. கால்களை நீரில் உந்தி எழும்பினான். ஒற்றைக் கையால் தண்ணீரைத் தள்ளி நீச்சல் அடித்துக் கரைக்கு வந்தான். கரையில் கால்சட்டையைப் போட்டுவிட்டு வாய்க்காலில் இறங்கி முழுகி முழுகிக் குதித்தான். கைகளால் மாறி மாறித் தண்ணீரை வெட்டினான். அக்கரைக்கு நீச்சல் அடித்துக் கொண்டுபோய் இக்கரைக்கு நீருக்குள்ளேயே மூழ்கிக் கொண்டு வந்தான். குளிர ஆரம்பித்ததும் கரையேறி, கால் சட்டையை எடுத்துத் தலை துவட்டிக் கொண்டு, ஈரத்தோடு அதை மாட்டிக் கொண்டு மேடேறினான்.

மேட்டிலிருந்து பார்க்கையில் தெருவிளக்குகள் எரிவது தெரிந்தது. சீக்கிரம் வீட்டிற்குப் போகவேண்டும் என்ற எண்ணமும் எழுந்தது. வேகமாக நடக்க ஆரம்பித்தான். இரண்டு தெருக்கள் தாண்டித் தன் தெருவுக்கு வந்ததும் கோழி பிடித்து அடைக்கவில்லை என்பதும் ஆடு பிடித்துக் கட்டவில்லை என்பதும் நினைவுக்கு வந்தன. நடை கொஞ்சம் துவண்டது. கொட்டில் அருகே சென்று எட்டிப் பார்த்தான். படுத்துக் கிடந்த ஆடு இவனைப் பார்த்ததும் எழுந்து கத்தியது.

இவன் வாசல் கதவருகே சென்று பார்த்தான். கதவு பூட்டியபடியே இருந்தது.

அம்மா இன்னும் வரவில்லை.

●

தக்கையின் மீது நான்கு கண்கள்

தக்கையின் மீது நான்கு கண்கள்

மாணிக்கம் பெரிய விசிறி வலையைப் பரக்க விரித்துப் போட்டபடியே ராமுவைக் கூப்பிட்டார். ஒரு முறைக்கு இன்னொரு முறை அவர் குரல் உயர்ந்து கொண்டே வந்தது.

நான்காவது தடவையாக, 'எலே ராமு' என்று அவர் குரல் பலமாகக் கேட்டபோது, 'இப்பத்தான் வெளியே போனான்' என்று அவர் மனைவி உள்ளேயிருந்து பதிலளித்தாள்.

ராமு வெற்றிலை இடித்துத் தரும் நேரம் அது. இரண்டு மூன்று வருடமாக அவன்தான் வெற்றிலை இடித்துத் தருகிறான். அநேகமாக அதில் மாறுதல் ஏற்பட்டதில்லை.

ஒரு நாள் தூண்டில் முள் தன் உள்ளங்கையைக் கிழித்துக் காயப்படுத்தியதும் மாணிக்கம் ராமுவின் சின்னஞ்சிறிய கையைப் பிடித்து வெற்றிலை இடிக்கக் கற்றுக் கொடுத்தார். அவனோ அவர் சொன்னதையெல்லாம் காதில் போட்டுக் கொள்ளாமல் கையை அழுத்திப் பிடித்து வேகமாக வெற்றிலை இடித்தான். அப்படி இடிப்பது அவனுக்கு உற்சாகமாகவும், மகிழ்ச்சியாகவும் இருந்தது. மூன்றாம் நாள் உலக்கையைக் கையில் பிடிக்க முடியவில்லை. பெரிதாக இரண்டு கொப்புளங்கள் கிளம்பி விட்டன.

சா. கந்தசாமி

அவனிடம் தன் பெரிய கையை அகல விரித்துக் காட்டி மாணிக்கம் கெக்கெக்கவென்று சிரித்தார்.

'தெரியுமா, நாப்பத்திரெண்டாம் வயசிலேயிருந்து வெத்தலே இடிக்கிறேன். இன்னும் ஒரு கொப்பளம் வர்லே. ஆனா ஒனக்கு ரெண்டு நாளிலே நாலு கொப்பளம். இதுக்குத்தான். சொல்றதைத் கேக்கணுங்கறது ...' என்றபடி வெற்றிலை இடிப்பதில் உள்ள சூட்சுமங்களைத் தாழ்ந்த தொனியில் விவரித்தார். அவன் ஒவ்வொரு வார்த்தையையும் கவனமாகக் காதில் வாங்கிக் கொண்டான். ஆனால் ஒரு முறையும் அவர் சொன்னதை அவன் பின்பற்றுவதில்லை. அவனுக்கொரு தனிக் குணம்; முறித்துக் கொண்டுபோவது.

மாணிக்கம் தெற்குத் துறையில் தூண்டில் போட்டால் அவனோ கிழக்குத் துறைக்குத் தூண்டிலை எடுத்துக்கொண்டு செல்வான். தாத்தாவிடமிருந்து பிரிந்து வந்த அன்றே அந்த இடத்தைக் கண்டுபிடித்தான்.

ஒரு பகல் பொழுது முழுவதும் சின்னத் தூண்டிலைத் தாத்தா கூடவே போட்டு ஒரு மீனும் கிடைக்காமற்போகவே அவனுக்கு ஏமாற்றமாக இருந்தது. தாத்தாவை நோக்கித் திரும்பினான். அவர் பார்வை தக்கையின் மீது இருந்தது.

'அந்தப் பக்கமா போறேன் தாத்தா' என்று தன் அதிர்ஷ்டத்தைச் தேடிச் சென்றான். ஒற்றையடிப் பாதையிலேயே நடந்து, ஆனைச்சரிவில் இறங்கி, புன்னை மரத்தடியில் நின்று தூண்டிலை வீசினான். சற்று நேரம் தக்கை அசையவில்லை. போட்டது போலவே கிடந்தது. பிறகு மினுக் மினுக்கென்று ஓர் அசைவு; சின்னஞ்சிறிய மீன்குஞ்சுகள் இரையை அரிக்கின்றன. தக்கை முன்னும் பின்னுமாக அசைந்தது.

அவன் தக்கையை ஆழ்ந்து நோக்கினான். திடீரென்று நீரில் ஓர் அசைவு; அலையலையாக நீர் வட்டமிட்டது. ஆனால் தக்கை அசைவற்றுக் கிடந்தது. அவன் தூண்டிலை மேலே இழுத்துப் பார்த்தான். வெறும் முள் மட்டும் வந்தது. இரையைச் சிறிய மீன்கள் நுனிவாயால் அரித்துத் தின்றுவிட்டன.

தூண்டிலை எடுத்துக் கொண்டு கரைக்குச் சென்றான். பெரிய கொட்டாங்கச்சியிலிருந்து மண்ணைத் தள்ளி ஒரு மண்புழுவை எடுத்துக் கோர்த்துத் தூண்டிலை அல்லிக்கொடியோரமாக வீசினான்.

இப்படி இடம் மாறும் பழக்கமெல்லாம் தாத்தாவிடம் கிடையாது. ஓரிடத்தில்தான் தூண்டில் போடுவார். மீன்

கிடைத்தாலும் சரி, கிடைக்காவிட்டாலும் சரி; அவர் இடம் மாறாது. ஆனால் கையை நீட்டித் தூண்டிலைச் சற்றுத் தள்ளிப் போடுவார். தக்கையை மேலும் கீழுமாகத் தள்ளி நூலைக் கூட்டிக் குறைப்பார்; வாயிலிருந்து ஒரு வார்த்தையும் வராது. குளத்தங்கரைக்கு வந்தவுடனே பேச்சு நின்றுவிடும். அமைதியாகவும் கம்பீரமாகவும் நின்று தூண்டிலை வீசுவார்.

ஒரு மீனும் கிடைக்காமல் போகமாட்டேன் என்ற உறுதியுடன் தக்கையைப் பார்த்தான். தக்கை குதித்துத் திடீரென்று மேலே எழும்பியது. அவன் முழுக் கவனமும் தூண்டிலில் விழுந்தது. கையைத் தளர்த்தி நூலைத் தாராளமாக விட்டான். சர சர வென்று தக்கை கண்ணுக்குத் தெரியாமல் நீரில் அழுந்தியது; மேலும் மேலும் தண்ணீரில் இறங்கியது. மீன் வேகமாக இரையை விழுங்குகிறது என்பதை உணர்ந்துகொண்டான். இம்மாதிரி சந்தர்ப்பங்களில் தாத்தா எப்படி நடந்துகொள்வார் என்பது அவன் நினைவிற்கு வந்தது.

மீசையை ஒரு விரலால் தள்ளிவிட்டுக் கொள்வார். முகம் மலரும். நரையோடிய மீசை ஒருபக்கமாக ஒதுங்க சிறு புன்சிரிப்பு ஒன்று வெளிப்படும். பதட்டமில்லாமலும் ஆர்ப்பாட்டமில்லாமலும் நேராகத் தூண்டிலை இழுப்பார். மீன் துடிதுடித்து மேலே வரும். அநேக சந்தர்ப்பங்களில் தலைக்கு மேலே வந்த மீன் ஆட்டத்தாலும் உலுப்பலாலும் தப்பித்துக்கொண்டு போவதுண்டு.

ஒருமுறை தாத்தா தூண்டிலைத் தலைக்கு மேலாக இழுக்கும் போது, ‘கொஞ்சம் வெட்டிச் சொடுக்கி இழுங்க தாத்தா’ என்று கத்திவிட்டான். அவர் மெல்லத் திரும்பிப் பார்த்தார். உதட்டில் சிரிப்பு தெரிந்தது. அவன் பின்னுக்கு நகர்ந்து மறைந்தான். மாணிக்கம் தூண்டிலைத் தன் விருப்பப்படியே இழுத்தார். மேலே வந்த கெண்டை ஓர் உலுப்பு உலுப்பித் துள்ளித் தண்ணீரில் போய் விழுந்தது.

அவன் தூண்டிலில் சிக்கிய மீன் தப்பித்துக் கொண்டோட முடியாது; சாதுரியமாகவும் கவனமாகவும் இழுத்துக் கரைக்குக் கொண்டு வந்து விடுவான். தன் தீர்மானப்படியும் விருப்பப்படியும் தூண்டிலை இழுக்கலாம், கட்டுப்படுத்த யாருமில்லை.

ராமு தண்ணீருக்குள்ளேயே தூண்டிலைச் சொடுக்கி வலது பக்கமாக இழுத்தான். ஒரு பெரிய மயிலை துடிதுடித்துக் கரைக்கு வந்தது.

தூண்டிலைக் கீழே போட்டுவிட்டுக் காய்ந்த சருகுகளின் மேல் விழுந்து குதிக்கும் மயிலையைப் பார்த்தான் ராமு. மனத்திற்குள்ளே சந்தோஷம்.

தன்னந்தனியாக ஒரு மயிலையைப் பிடித்து விட்டான். தாத்தா தூண்டிலில் கூட எப்பொழுதாவது – ரொம்ப அபூர்வமாகத்தான் மயிலை அகப்படும். நெளிந்தோடும் மயிலையின் கழுத்தைப் பின்பக்கமாகப் பிடித்து மேலே தூக்கினான். அதைப்பற்றித் தாத்தா நிறைய சொல்லியிருக்கிறார். மீனிலே அது ஒரு தினுசு. வீச்சுவீச்சாக முள்ளும் மீசையும் உண்டு. முள் குத்தினால் கடுக்கும். இரண்டு மூன்று நாட்களுக்குக் கூடச் சேர்ந்தாற் போலக் கடுக்கும். கோடையில் குளத்தில் இறங்கி மீன் பிடிக்கும்போது முதன் முறையாக மயிலை அவனைக் கொட்டியது. வலிதாளாமல் துடிதுடித்துப் போனான். அதிலிருந்து மயிலைமீது அவனுக்குத் தனியான கவனம். அதே கவனத்தோடு மயிலையைப் பிடித்துத் தூண்டில் முள்ளைப் பிடுங்கினான்.

'நீதான் பிடிச்சியா?' என்று கேட்டுக்கொண்டு தாத்தா அங்கே வந்தார். தாத்தாவின் கேள்விக்குப் பதில் அளிக்கவில்லை. குனிந்தபடியே தன் வேலையைச் செய்துகொண்டிருந்தான். 'பெரிய தூண்டிக்காரனாயிட்டே நீ'. மாணிக்கம் அவன் மீது கை வைத்தார்.

ராமு சற்றே நகர்ந்தான். தாத்தா மீது திடீரென்று அவனுக்குக் கோபம் வந்தது. தன்னை அழிக்கப் பார்க்கிறார் என்ற பயமும் கூடவே தோன்றியது. அவர் பிடியில் சிக்காமல் ஒதுங்கினான். அன்றையிலிருந்து அவன் தன்னிடமிருந்து பிரிந்து செல்வது மாதிரி மாணிக்கத்திற்குத் தோன்றியது.

இப்போது அந்நினைவு வந்ததுமே அவர் எரிச்சலுற்றார். இருக்கையை விட்டு விரைவாக எழுந்து வெற்றிலைப் பெட்டியை எடுத்துக் கொண்டு வந்து திண்ணையில் உட்கார்ந்தார். எத்தனை வெற்றிலை போட்டு எவ்வளவு சுண்ணாம்பு வைத்து இடிப்பது என்பதெல்லாம் மறந்து போய் விட்டது. வெற்றிலைப் பெட்டியை ஒரு பக்கமாகத் தள்ளி வைத்துவிட்டுத் தெருவுக்கும் வீட்டுக்குமாக நடந்து கொண்டிருந்தார்.

சற்றைக்கெல்லாம் ராமு அவசர அவசரமாக ஓடி வந்தான். மாணிக்கம் நிதானமாக அவனை ஏறிட்டுப் பார்த்தார். முற்றத்திற்கு ஓடிக் கையை அலம்பிக்கொண்டு வந்து வெற்றிலை இடிக்க ஆரம்பித்தான்.

இடித்த வெற்றிலையை வாங்கி வாயில் திணித்துக்கொண்டு, 'செத்த முன்னே எங்கே போயிருந்தே?' என்று கேட்டார் மாணிக்கம்.

தக்கையின் மீது நான்கு கண்கள்

‘அந்தப் பெரிய மீனு...’

கெக்கெக்கெவென்று பெரும் சிரிப்பு வெளிப்பட்டது. அவன் ஆச்சரியத்தோடு தாத்தாவைப் பார்த்தான்.

‘அதைப் பிடிக்கப் புறப்பட்டுட்டியோ?’ அவர் குரல் திடீரென்று உயர்ந்தது.

‘அதை உன்னாலேயும் பிடிக்க முடியாது; ஒங்கப்பனாலேயும் பிடிக்க முடியாது’

ராமு தற்பெருமை அடிக்கும் தாத்தாவை ஓரக்கண்ணால் பார்த்தான்.

அவன் கொடுத்த வெற்றிலையை வாங்கி அடக்கிக் கொண்டு, பெரிய கயிற்றுத் தூண்டிலுடன் குளத்தை நோக்கிச் சென்றார். அந்தத் தூண்டிலை ஒரு மீனும் அறுத்ததில்லை. அநேகமாக மீனால் அறுக்க முடியாத தூண்டில் அது.

ராமுவும் கூடச் சென்றான்.

கயிற்றுத் தூண்டிலை வீசிய சற்று நேரத்திற்கெல்லாம் தக்கை சர்ரென்று அழுந்தியது. கீழே சென்றவாக்கில் மேலே வந்தது. எம்பிக் குதித்தது ஆடியது.

ராமு கயிற்றைப் பிடித்து இழுத்தான். ஏதோ ஒன்று வெடுக்கென்று உள்ளுக்குள் இழுத்தது. பெரிய மீன் இரையைத் தின்ன ஆரம்பித்துவிட்டது தெரிந்தது. அவன் விரைந்தோடிச் சென்று தாத்தாவை அழைத்துக் கொண்டு வந்தான்.

‘அதுக்குள்ளே அம்புட்டுக்கிச்சா’ என்று வந்த மாணிக்கம் புன்னை மரத்தில் கட்டியிருந்த கயிற்றை அவிழ்த்துப் பிடித்துத் தக்கையை நோட்டமிட்டார். பெரிய தக்கை பொய்க்கால் குதிரை மாதிரி ஆட்டம் போட்டது. இன்னும் மீன் இரையை விழுங்கவில்லை என்று அவருக்குத் தோன்றியது. கயிற்றைத் தளரவிட்டார். குதியாட்டம் போட்டுக் கொண்டிருந்த தக்கை குறுக்காகக் கீழே அமுங்கியது. இரையை உள்ளுக்கு இழுத்துக் கொண்டுபோய் மீன் விழுங்குகிறது. கை விரைவாகக் கயிற்றை இழுத்துப் பிடித்தது. மீன் ஆத்திரத்தோடு உள்ளுக்குள் வெடுக் வெடுக்கென்று இழுத்தது. அனுமானம் சரி. தூண்டில் முள் தொண்டையிலே குத்திக் கொள்வதற்கு நூலைத் தளரவிட்டு மீன் ஆர்ப்பாட்டத்தைத் துவக்குவதற்கு முன்னே இழுத்துப் போடவேண்டுமென்று தீர்மானித்துக் கொண்டார் மாணிக்கம்.

அவர் கண்கள் வசதியான இடத்தைத் தேடின. புன்னை மரச் சரிவில் நின்று கயிற்றை விர்விர்ரென்று இழுத்தார். இரண்டுபாகம் தடையின்றி வந்த மீன் உள்ளுக்குள்ளிருந்து வாலால் தண்ணீரைப் படாரென்று அடித்தது. மாணிக்கம் கயிற்றைத் தளரவிட்டு முழு பலத்தோடு இழுத்தார். மேலே வந்த மீன் திடீரென்று தாவிக் குதித்தது. தண்ணீரைக் கலக்கியது. கயிறு அறுந்து போக மாணிக்கம் சறுக்கிக்கொண்டே குளத்தில் போய் விழுந்தார்.

ராமு ஓடி வந்து தாத்தாவைத் தூக்கினான். கணுக்காலுக்குக் கீழேயிருந்து வழிந்த ரத்தத்தைத் துடைத்துவிட்டான்.

'மீனு தப்பிச்சிடுச்சா தாத்தா, செத்தப் பொறுத்திருந்தா புடுச்சிருக்கலாம் தாத்தா'

மாணிக்கம் முட்டியைத் தடவி விட்டுக் கொண்டே அவனைப் பார்த்தார். அவனுடைய கழுத்தைத் திருகி வீசியெறிய வேண்டும் போல ஒரு உணர்ச்சி ஏற்பட்டது.

'எதுக்காக இங்கயே நிக்கறே' என்று உறுமினார். அவர் குரல் திடீரென்று உயர்ந்தது. அவன் சற்று ஒதுங்கித் தாத்தாவைக் கடைக்கண்ணால் பார்த்தான்.

மாணிக்கம் கரைக்கு வந்தார். அவர் மனம் முறிந்து விட்டது. குளத்தை ஒரு சுற்றுச் சுற்றிவிட்டு இருட்டிய பின்னால் வீட்டிற்குச் சென்றார். ராமு சின்ன திண்ணையில் தூங்கிக் கொண்டிருந்தான். ஆழ்ந்த நிம்மதியான மூச்சு வந்தது அவருக்கு.

பெரிய மாடத்திலிருந்து அரிக்கேன் விளக்கை எடுத்துச் சாம்பல் போட்டுப் பளபளக்கத் துலக்கித் துடைத்தார். நிறைய மண்ணெண்ணையை ஊற்றினார். சாப்பிட்டுவிட்டு ஈட்டியும் விளக்குமாகக் குளத்தை நோக்கி நடந்தார் மாணிக்கம். தேய்பிறை நிலவு. நேரம் செல்லச் செல்ல நிலவு ஒளி கூடிக்கொண்டு வந்தது.

குளத்தில் ஒரு விரால் தன் குஞ்சுகளை அழைத்துக் கொண்டு பவனி வந்தது. பெரிய விரால். அநேகமாக நான்கைந்து ரூபாய் பெறும். அதேமாதிரி இன்னொரு விரால் கீழே வரலாம். இன்னொரு சந்தர்ப்பமாக இருந்தால் மாணிக்கம் இரண்டிலொன்றை வேட்டையாடி இருப்பார். இப்பொழுது அவர் இலட்சியம் விரால் அல்ல. தண்ணீரை அலங்க மலங்க அடிக்கும் வாளை. ஆற்றிலிருந்து புதிதாகக் குளத்திற்கு வந்திருக்கும் வாளை. அதுதான் குறி. குளத்தில் ஏற்படும் ஒவ்வொரு சலசலப்பையும் உன்னிப்பாகக் கவனித்தபடி குளத்தைச் சுற்றி வந்தார். நாவற்பழங்கள் விழும் சப்தத்தைத் தவிர வேறு ஓசையில்லை. குளம் நிசப்தமாக இருந்தது.

அநேகமாக மீன் வந்த வழியே திரும்பிச் சென்று விட்டதோ என்ற எண்ணமும் தோன்றியது. விளக்கைச் சற்றே பெரிதாக்கி எட்டிய வரையில் குளத்தை ஊடுருவி நோக்கினார். தெற்கு முனையைத் தாண்டும்போது வாளை கண்ணில் பட்டது. வேகமாக வாலைச் சுழற்றி ஒரு கெண்டைக் கூட்டத்தைச் சாடியது.

மாணிக்கம் நின்றார். அவர் பார்வை இறந்த கெண்டைகளை விழுங்கும் வாளைமீது தீர்க்கமாக விழுந்தது. சற்றுநேரம் இங்கேயே வாளை இருக்கும். இப்பொழுதுதான் வேட்டையைத் துவக்கியிருக்கிறது. பசியாற வேட்டையை முடித்துக் கொண்டு புறப்படுவதற்கு நேரமாகலாம்...

அவர் வசதியான இடத்தைத் தேடிப் பிடித்தார். விளக்கு பெரிதாகி வெளிச்சத்தை உமிழ்ந்தது; நிலவும் பளிச்சென்று இருந்தது. சரியான நேரம். வாளை இரையை அவசரமின்றி விழுங்கிக் கொண்டிருக்கிறது. இரண்டடி முன்னே சென்று ஈட்டியை மேலே உயர்த்தினார்.

நீரில் ஒரு சுழிப்பு. எங்கிருந்தோ ஒரு பெரிய கெண்டை குறுக்காக எழும்பிப் பாய்ந்தது. ஈட்டி அதன் செதில்களைப் பிய்த்துக் கொண்டு சென்றது. எல்லாம் ஒரு நிமிஷத்தில் வீணாகிவிட்டது. அவர் நினைத்தது மாதிரி ஒன்றும் நடக்கவில்லை. குளத்தில் இறங்கி ஈட்டியைத் தேடி எடுத்துக்கொண்டு கரைக்கு வந்தார்.

மீன் கலவரமுற்றுவிட்டது. அதனுடைய ஆர்ப்பாட்டத்தையும் குதூகலம் நிறைந்த விளையாட்டையும் காணோம். மாணிக்கம் கால்கள் சோர்வுறக் கரையோரமாகச் சுற்றி வந்தார். மீன் குளத்தில் இருப்பதற்கான ஒரு தடயமும் கிடைக்கவில்லை. சலிப்பும் சோர்வும் மிகுந்தன. கோழிக் கூவும் நேரத்தில் விளக்கும் ஈட்டியுமாகத் தள்ளாடிக்கொண்டே வீட்டிற்குச் சென்றார் மாணிக்கம்.

அடுத்தநாள் வெகு நேரம் வரையில் அவரால் ஒன்றும் செய்ய முடியவில்லை. பலவீனமுற்றுப்போனார். மனத்தில் ஏக்கமும் கவலையும் நிறைந்தது. மீனைப்பற்றி ஆத்திரம் நிறைந்த உணர்ச்சி திடீரென்று தோன்றியது. அந்தக் கணத்திலேயே எழுந்து உட்கார்ந்தார். 'ஒண்ணு நான்; இல்லே அது... ரெண்டு பேருக்குமிடையே இருக்கற கணக்கைத் தீர்த்துக் கொள்ளணும்'

பரண்மீது ஏறி இரண்டாண்டுகளுக்கு முன்னே கட்டிப் போட்ட தூண்டிலை எடுத்துக்கொண்டு குளத்திற்குச் சென்றார்.

குளத்தங்கரையில் பெரிய மீன் துள்ளிக் குதித்து விளை யாடுவதைப் பார்த்துக் கொண்டு ராமு உட்கார்ந்திருந்தான்.

மாணிக்கத்தின் முதல் பார்வை மீன் மீதும், அடுத்து ராமு மீதும் விழுந்தது.

தலையசைத்து அவனை அருகே அழைத்தார். அப்புறம் தனக்கே கேட்காத குரலில் 'என்ன பண்ணிக்கிட்டிருக்கே' என்று வினவினார்.

அவன் மௌனமாக இருந்தான்.

'உன்னைத்தான் கேக்கறேன்'. காதைப் பிடித்து, தன் பக்கம் இழுத்தார். 'எம்மா நேரமா ஆயா தேடிக்கிட்டிருக்கா. நீ இங்கே வந்து குந்தியிருக்கே...' என்று தள்ளினார். கீழே விழுந்து எழுந்த ராமு, தாத்தாவின் விகாரமான முகத்தைப் பார்த்துத் துணுக்குற்றான்.

அவன் அவர் பார்வையிலிருந்து மறைந்த பின்னால் குளத்தில் வாளை எழும்பிக் குதித்தது; தண்ணீர் நாலாப்பக்கமும் சிதறியது.

'எவ்வளவு பெரிய மீன்... ராஜா மாதிரி...' மாணிக்கம் மீசையை தள்ளிவிட்டுக் கொண்டு வடிகால் பக்கமாக நடந்தார்.

மீன் வடிகால் பக்கத்தில் சுற்றிக் கொண்டிருப்பது தெரிந்தது. வெளியில் ஓடிப்போக இடம் தேடுகிறது. மாணிக்கம் அவசர அவசரமாகக் கலயத்திலிருந்து ஓர் உயிர்க் கெண்டையை எடுத்து அப்படியும் இப்படியும் திருப்பிப் பார்த்தார். சரியாக வளர்ச்சியுற்ற இரை; முள்ளில் கோர்த்துவிட்டால் இரண்டு மணி நேரத்திற்குமேல் தாங்கும். மீன் இங்கேயே இருப்பதால் அநேகமாக இந்தக் கெண்டையிலேயே பிடித்து விடலாம். கெண்டையைச் சாய்த்துப் பிடித்து, நான்கைந்து செதில்களை முள்ளாலேயே பெயர்த்து விட்டு, நடுமுதுகில் தூண்டி முள்ளைச் செருகி, தூண்டிலைத் தண்ணீரில் போட்டார். தக்கை குத்திட்டு அசைந்தது. இரை வாளையை எப்படியும் கவர்ந்திழுத்துவிடும் என்ற எண்ணம் நேரம் செல்லச் செல்ல வலுவடைந்து கொண்டே வந்தது.

சப்தம் செய்யாமல் நீரில் இறங்கித் தூண்டிலை அல்லிக் கொடியோரமாக வீசினார். தக்கை வேகமாக அசைந்தாடிப் போய் அல்லி இலையில் சொறுகிக் கொண்டது. ஒரு பக்கமாக இழுத்து விட்டார். மெல்ல மெல்லத் தக்கையின் அசைவு குறைந்தது. தக்கையைப் பார்த்தார். தக்கையின் ஆர்ப்பரிப்பு முழுவதும் அடங்கி ஒடுங்கியது. இரை இறந்துவிட்டது. மாணிக்கம் மீண்டும் நீரில் இறங்கித் தூண்டிலை இழுத்து இரையைத் தண்ணீரில் சுழற்றிச் சுழற்றி அடித்தார். மீன் பஞ்சு பஞ்சாய்ச் சிதறி நாலாப்பக்கமும் பறந்தது.

வெறும் தூண்டிலைச் சுருட்டிக் கொண்டுவந்து மரத்தடியில் உட்கார்ந்தார். இப்பொழுது ஒவ்வொன்றின் மீதும் வெறுப்பு ஏற்பட்டது. ராமுவை இழுத்து வந்து நான்கு அறைகள் கொடுத்துத் தண்ணீரில் மூச்சுத் திணறத் திணற அமுக்கவேண்டும்போல உணர்ச்சி தோன்றியது. அதே நினைப்போடும் ஆத்திரத்தோடும் இன்னொரு கெண்டையை எடுத்துச் சொருகிக் குளத்தில் தூண்டிலை வீசினார்.

தூண்டில் விழுந்ததும் நீர் பெரிதாகச் சுழித்தது. வாளை மீன் உல்லாசமாக விளையாடியது. மாணிக்கம் மீசையை ஒரு பக்கமாகத் தடவி விட்டுக்கொண்டு புளிய மரத்தில் நன்றாகச் சாய்ந்தார்.

வழக்கத்திற்கு மாறான சில பழக்கங்கள் அவரிடம் தோன்றின. தனக்குத்தானே பேசிக்கொள்ள ஆரம்பித்தார்.

'இவனை ஏமாத்திப்புட்டு எங்கேயும் போயிட முடியாது' என்று மீனுக்கு அறைகூவல் விட்டார். உல்லாசமான சீழ்க்கையொலி அவரிடமிருந்து பிறந்தது.

தக்கை அசைந்தது. பெரிய மீன் வந்துவிட்டது.

மாணிக்கம் எழுந்து நின்றார்.

மீன் வாலால் தண்ணீரை அடித்தது. மேலே வந்து வாயைத் திறந்து மூச்சுவிட்டது; வேகமாகக் கீழே அமுங்கியது. சரசரவென்று நீர்க்குமிழிகள் தோன்றின. மீன் கிழக்கே சென்றது.

தெற்குப் பக்கத்தில் பூவரசு மரத்திலிருந்து ஒரு மீன்கொத்திக் குருவி நீரில் குதித்தெழுந்து பறந்தது. கொக்கு ஒன்று பறந்து அல்லி இலையில் அமர்ந்தது.

மாணிக்கம் தூண்டில் கயிற்றைச் சற்றே இழுத்துப் பிடித்தார். தக்கை மெல்ல அசைந்தாடிக் கொண்டிருந்தது. விராலோ கெண்டையோ வராமல் இருந்தால் பெரிய மீனைப் பிடித்துவிடலாம்.

கரையேறி வடக்குப் பக்கமாக நடந்து இலுப்பை மரத்தடியில் உட்கார்ந்து சுருட்டை எடுத்துப் பற்ற வைத்தார். சுருட்டு ஒன்றுக்கு இரண்டாய்ப் புகைத்தாயிற்று. ஆனால் குளத்தில் எவ்வித ஆரவாரமும், சுழிப்புமில்லை. நீர்நிலை அமைதியோடு இருந்தது.

கொக்கு ஒன்று மேலே எழும்பிப் பறந்து சென்றது.

பொழுது நிசப்தமாக அடங்கியது.

சா. கந்தசாமி

மாணிக்கம் சோர்வோடு எழுந்து வீட்டிற்குச் சென்றார். ராமு கண்ணியைச் சரிபார்த்துக்கொண்டிருந்தான். அதைப் பார்த்தவுடன் 'எலே எப்ப சொன்ன வேலை. இப்பத்தான் செய்யிறியா' என்று உறுமினார்.

அவன் பதிலொன்றும் சொல்லவில்லை. மௌனமாகத் தலை குனிந்தபடியே குதிரை மயிருக்கு எண்ணெய் தடவிச் சிக்கலைப் பிரித்துக் கொண்டிருந்தான்.

'எலே கேக்கறது காதிலே உளுவுதா' சின்ன திண்ணைக்குத் தாவி அவன் தலைமயிரைப் பற்றினார்.

அவன் தலை நிமிர்ந்தான். கண்களில் நீர் துளும்பியது. தாத்தாவின் முகத்தில் மண்ணெண்ணெய் ஊற்றிக் கொளுத்த வேண்டும் போல ஓர் ஆத்திர உணர்ச்சி தோன்றியது.

'நேத்தியிலேருந்து என்ன பண்ணினே' தலையை அசைத்து மேலே தூக்கினார்.

'எதுக்கு அவனைப் போட்டு இப்படி ரெண்டு நாளாக் கொல்றீங்க' என்று கேட்டாள் அவர் மனைவி.

'பின்ன, தரித்திரத்தைத் தலையிலா தூக்கி வச்சிக்குவாங்க'

'இப்படி அடிச்சுக் கொல்ல நாதியில்லாமலா போயிட்டோம்?'

'எட்டுக் கட்டு சனமுண்டு உனக்கு'

'மவ செத்த அன்னக்கே தெரிஞ்சிச்சே'

'என்னடி சொன்னே திருடன் மவளே' என்று அவள் கன்னத்தில் அறைந்தார்.

'நல்லா கொல்லு. எங்க ரெண்டு பேரையும் தின்னுப்புட்டு நடுச்சந்தியிலே நில்லு' என்று ஒவ்வொரு அடிக்கும் சொல்லி அழுதாள்.

'வாயை மூடு'

அவள் குரல் உயர்ந்தது.

மாணிக்கம் இடுப்பில் போட்டிருந்த பெரிய பெல்ட்டைக் கழற்றினார்.

'போ உள்ளே'

தக்கையின் மீது நான்கு கண்கள்

'என்னைக் கொல்லு. உன்னைத்தான் கட்டிக்குவேன்னு சாதி சனத்தையெல்லாம் வுட்டுட்டு வந்தேனே, அதுக்கு இந்தப் பச்சை மண்ணோடு என்னையுங் கொல்லு'

'பெரிய ரம்பை இவ; நா இல்லாட்டா ஆயிரம் பேரு வந்திருப்பான்'

அவர் பெல்ட் மார்பிலும் கன்னத்திலும் பாய்ந்தது. அவள் துடித்துக் கீழே விழுந்து ஓலமிட்டாள். அக்கம் பக்கத்து வீடுகளிலிருந்து ஒவ்வொருவராக ஓடிவர ஆரம்பித்தார்கள். மாணிக்கம் பெல்ட்டை ராமு முகத்தில் வீசியெறிந்து விட்டுத் திண்ணையில் சாய்ந்து படுத்தார். அவளோ ஒவ்வொரு பழைய கதையையும் விஸ்தாரமாகச் சொல்லி அழுதுகொண்டிருந்தாள். அவள் சொன்னது அவர் மனத்தைத் தொட்டு இரங்க வைத்தது. பல ஆண்டுகளுக்கு முன்னால் விட்ட சண்டையை மறுபடியும் துவக்கியதற்காக வருத்தமுற்றார்.

அவருடைய ஒரே மகள் கல்யாணமான இரண்டாம் வருடம் ராமுவை விட்டுவிட்டுக் காலமானதும் மனமொடிந்து போனார். அந்த மனமுறிவின் விளைவாகவே மனைவியோடு சண்டை போடுவதும் நின்றது. துக்கம் பெருகப் பெருகக் கோபம் நீற்றுச் சாம்பலாகியது. ஆனால் இன்றைக்குத் தான் ரொம்ப தூரம் சென்றுவிட்டதாக எண்ணினார். சண்டையை ஆரம்பித்திருக்க வேண்டாமென்று தோன்றியது.

மகளைப் பற்றிக் கவி புனைந்து அரற்றிக் கொண்டிருந்தாள் அவர் மனைவி. தான் உயிருக்கு உயிராக நேசித்த மகளின் நற்பண்புகள் விவரிக்கப்படுகையில் அவரால் தாள முடியவில்லை. மெல்ல எழுந்து நடக்கலானார். கால்கள் குளத்தை நோக்கிச் சென்றன.

குளம் அமைதியாக இருந்தது. தூண்டில் அருகில் சென்று பார்த்தார். தக்கை மட்டுமே குதிபோட்டுக் கொண்டிருந்தது. தன்னுடைய பழக்கத்திற்கு மாறாகத் தூண்டில் கயிற்றை இழுத்துக் கொண்டுபோய் கிழக்கே வீசினார். அது ராமு இடம். அங்குதான் அவன் தூண்டில் போடுவான். அவன் அதிர்ஷ்டத்தைச் சோதித்துப் பார்ப்பது மாதிரி தூண்டிலை வீசிவிட்டுக் கரையேறினார்.

குளம் சலிப்பு தரும் விதத்தில் அமைதியாக இருந்தது. சீழ்க்கை அடித்துக்கொண்டு கொன்னை மரத்தடியில் அமர்ந்தார் மாணிக்கம். களைப்பும் சோர்வும் மிகுந்தன. சாப்பிட வேண்டும் போலத் தோன்றியது. 'உம் –' என்று உறுமிக் கொண்டு மரத்தடியில்

சா. கந்தசாமி

சற்றே சாய்ந்தார். சற்றைக்கெல்லாம் ஆழ்ந்த குறட்டையொலி கேட்டது.

கண்விழித்தபோது மணி பத்துக்கு மேலாகிவிட்டது. சந்திரவொளி குளத்தில் மெல்லப் பரவிக்கொண்டிருந்தது. மாணிக்கம் வேகமாகச் சென்று தூண்டிலைப் பார்த்தார். குதித்தாடும் தக்கையைக் காணோம். கோரையைப் பிடித்துக் குளத்தில் இறங்கித் தூண்டிலை இழுத்தார். கயிறு தடையின்றி லேசாகி வந்தது. சிறு கயிறு. பாதிக் கயிற்றை மீன் அறுத்துக் கொண்டு போய்விட்டது. இப்படிச் சென்றது விராலா, வாளையா என்பது தெரியவில்லை. இரண்டும் இல்லாமல் ஆமையாகக் கூட இருக்கலாம். உறுதிப்படுத்திக் கூறும் தடயம் ஏதுமில்லை. எதுவானாலும் சரி, இன்னொரு தூண்டில் சென்று விட்டது. ஒருபொழுதும் நடக்காதவையெல்லாம் நடக்கின்றன.

சாப்பிட்டுவிட்டு இரண்டு உருண்டை நூலை எடுத்து ஒன்றோடொன்றைச் சேர்த்து முறுக்கேற்றினார். முறுக்கேற, ஏற நூல் தடித்தது. ஆனாலும் திருப்தி ஏற்படவில்லை. அந்த மீனைப் பிடிக்க இந்த நூல் கயிறு தாங்காது. கொஞ்சம் பலமாக இழுத்தால் தெறித்து அறுந்துவிடும் போலப் பட்டது.

'அப்ப கும்மோணம் ஒருவாட்டி போய் வரணும்' என்று சொல்லிக்கொண்டே முள்ளைக் கட்டினார். கட்டியதுமே கயிறு தாளுமா என்ற ஐயம் வந்தது. கடைசிப் பகுதியை இரு கைகளிலும் சுற்றிக்கொண்டு ஒரு வெட்டு வெட்டி இழுத்தார். கயிறு பட்டென்று தெறித்தது.

'சை' என்று எரிச்சலோடு விளக்கை ஊதி அணைத்து விட்டுப் படுத்தார்.

முன்னிரவு. தூண்டிலை வீசியதும் வாளை மாட்டிக் கொள்கிறது. கயிற்றைப் பரபரவென்று இழுக்கிறார். தடங்கலின்றி மீன் வந்து கொண்டிருக்கிறது. ஒரே ஆனந்தம். கரைக்கு வந்த மீன் தண்ணீருக்குள் தாவிக் குதிக்கிறது. மாணிக்கம் எம்பி மீன்மீது உட்கார்ந்து கொள்கிறார். கீழே கீழே என்று பாதாளத்திற்கு மீன் செல்கிறது. மூச்சு திணறுகிறது. தாள முடியவில்லை. 'ஹா' என்று அலறுகிறார். எல்லாம் கனவு என்றதும் மனத்தில் திருப்தி உண்டாகிறது. அப்புறம் படுக்க முடியவில்லை. தலையணையைச் சுவரில் சார்த்தி, அதில் சாய்ந்துகொண்டு சுருட்டு புகைத்தார்.

கோழிகள் கூவின.

தக்கையின் மீது நான்கு கண்கள்

'வாங்க, அந்த வாண்டு என்ன கொண்டாந்திருக்குன்னு வந்து பாருங்க' என்று அவரின் இரண்டு கைகளையும் பிடித்துக் கொல்லைக்கு அழைத்துக்கொண்டு ஓடினாள் அவருடைய மனைவி.

கிணற்றடியில் சேறும் நீரும் சொட்டச் சொட்ட ராமு நின்று கொண்டிருந்தான். அவன் காலடியில் பெரிய வாளை தாடையை அசைத்துக்கொண்டிருந்தது.

'நம்ம வாண்டு எம்மாஞ் சமத்துப் பாத்திங்களா?'

மாணிக்கத்தின் கை அவன் தோள் மீது விழுந்தது. அப்புறம் கழுத்தில் உராய்ந்து காதிற்குச் சென்றது.

'ஆத்தா' என்று அலறிக்கொண்டு ஓடிப் பாட்டியின் பின்னே மறைந்தான்.

●

வாள்

மென்மையான மேகங்கள் மேற்கிலிருந்து கிழக்காகக் குவிந்துகொண்டிருந்தன. பக்கிரி தலையைத் திருப்பிப் பார்த்தார். ஆற்றோரத்துத் தென்னை மரங்கள் ஆடுவது நன்றாகத் தெரிந்தது. மறுபடியும் ஒருமுறை பெரும் காற்று வீசப் போகிறது என்று தனக்குத்தானே சொல்லிக் கொண்டார். விட்டு விட்டு வீசும் காற்று வேலைக்கு அறைக்கூவல் போல அவருக்குத் தோன்றியது. இடது காலை நன்றாக மரத்தில் அழுத்திக் கையிலிருந்த வாளைக் கீழே விட்டார். வாள் மரத்தில் கரகரவென்று இழைந்து சென்றது. அறுபட்ட மரத்தின் தூள் சீராகக் கீழே குவிந்தது.

குவிந்த தூளில் கால் புதைய நின்று கொண்டிருந்த முருகேசன் இழுத்த வேகத்தோடே வாளை மேலே விட்டான். பக்கிரி ஒருவித அவசரமும் இல்லாதவர்போல, மேற்கே பார்த்துக்கொண்டே வாளை மேலே இழுத்தார். இவன் அவசரம் அவருக்கு எரிச்சலூட்டுவதுபோல இருந்தது.

ஒன்றாகிக் கொண்டிருந்த மேகங்கள் சிதைந்தோட காற்று வேகமாகத் திடீரென்று வீச ஆரம்பித்தது. சுழன்று செல்லும் காற்று மணலையும் சருகுகளையும் அள்ளிக்கொண்டு சென்றது. பக்கிரி முகத்தை இடது புறமாகத் திருப்பியவாறு வாளைக் கீழே விட்டார்.

நிதானமின்றி இறங்கும் வாளைப் பற்றிய முருகேசன், 'என்னங்க மாமா?' என்று கேட்டான்.

'காத்து கிளம்பிடுச்சு' என்று வலது கண்ணைக் கசக்கியவாறு வெற்றிலை எச்சிலைக் கீழே உமிழ்ந்தார்.

'ரெண்டு நாளா கொஞ்சம் காத்துதான் மாமா'

'தண்ணி வர்ர காலமில்ல' கோவணமாக இருந்த வேட்டியை அவிழ்த்து உதறி முகத்தைத் துடைத்துக்கொண்டே 'மேக்கித்துக் காத்து கிளம்பிட்டா, மண்ண வாரிக்கிட்டு வந்துடும்' என்றார்.

'வாள செத்த பிடிங்க மாமா'

'எல, செத்த இருலே'

வேட்டியை உதறிக் காற்றில் பறக்கவிட்டுக் கொண்டு இலுப்ப மரத்தடிக்குச் சென்றார். படபடவென்று காற்றில் பறக்கும் வேட்டியை வெகு சிரமத்தோடு உருண்டையாகச் சுற்றி இலுப்பை மரவேரில் வைத்து அதன்மேல் கீழே கிடந்த அரைச் செங்கல்லை எடுத்து வைத்தார். கண்களுக்கு மேலே கையைக் குவித்து, மேற்குத் திக்கை நோட்டமிட்டதில் காற்றின் சப்தம் அடங்கி வருவதுபோல இவருக்குத் தோன்றியது. தன்னையும் மீறிப் பெரிதாகச் சிரித்துக் கொண்டார்.

காத்தவராயன் பொண்டாட்டியைக்
கட்டிப்போட்டு அடிக்கிறான்
காத்தோ, காத்தோ

கீழே குனிந்து இரண்டு கையாலும் மணலை அள்ளிப் பறக்கவிட்டு ஒரு குழந்தையைப்போல மண்ணில் கால்களால் நீளமாகக் கிழித்துக் கொண்டு திரும்பி வந்து மரத்தின்மேல் நின்று அரைஞாண் கொடியைத் தளர்த்திக் கொண்டார் பக்கிரி.

மரத்தூளின் மேல் முழங்கால்களைக் கட்டிக்கொண்டு குவிந்து உட்கார்ந்திருந்த முருகேசன் நிமிர்ந்து பார்த்துச் சிரித்தான்.

இவர் இன்னும் கொஞ்சம் கோவணத்தைத் தளர்த்தி இழுத்துவிட்டு 'என்னடா, என்னத்தக் கண்டுட்டுச் சிரிக்கிற' என்று கேட்டார்.

முழங்காலைச் சுற்றி இருந்த கைகளைப் பிரித்துத் திமிர் முறித்துச் சொன்னான்:

'சும்மாதாங்க மாமா'

'ஒக்கா, எதுக்கு நீ சிரிக்கறண்ணு எனக்குத் தெரியாதாடா'

அவன் மறுபடியும் சிரித்தான்.

'மாமாவுக்குத் தெரியாதது உண்டா'

சா. கந்தசாமி

குனிந்து மரப்பட்டையை எடுத்து அவன் மேலே வீசினார். அவன் குனிந்து மரத்தூளில் கையூன்றி நகர்ந்து கொண்டான். இவர் அவனை அடிக்க மரப்பட்டை தேடுவது போல மரத்தின்மேல் கையை அப்படியும் இப்படியுமாக அசைத்து நடந்து சென்றார். இவர் சென்றது, கோமாளி ஆடுவதுபோல இவனுக்குத் தோன்றியது. ஒரு முனையில் நிற்கும் அவரை ஆழ்ந்து பார்த்துக் கொண்டிருந்தான். இவரும் நின்று, இவன் என்ன செய்கிறான் என்று பார்க்காதது போலப் பார்க்கத் தொடங்கினார்.

இவன் வாளை ஒருமுறை ஆட்டினான்.

பக்கிரி அதைக் கவனிக்காதது மாதிரி மீசையை மேல் நோக்கித் தள்ளி உருட்டிக் கொண்டிருந்தார். இனி வேலை ஓடாது என்று தன்னுள் சொல்லிக்கொண்டான் முருகேசன். கரையேறலாமா என்ற ஒரு எண்ணம் தோன்றியது. ஆனாலும் அதை அடக்கிக் கொண்டு, மரத்தூளில் ஒரு காலை நீட்டி உட்கார்ந்து பீடியைப் பற்ற வைத்துக் கொண்டான். பீடி கருகிப் புகையாகும் வரையில் பக்கிரியிடமிருந்து குரல் ஏதும் வரவில்லை. இவனுக்கு எரிச்சலாகவும் வெறுப்பாகவும் இருந்தது. வாள் கட்டையை வேகத்துடன் பிடுங்கி இடுப்பில் சொருகிக்கொண்டு கரையேறினான்.

'என்னால கிளம்பிட்ட'

பக்கிரியின் பார்வை இவன் மேல் இறங்கியது.

'பொழுது சாயுதுல்லீங்க மாமா'

பக்கிரி இரு கைகளையும் கொட்டிச் சிரித்தார்.

'இந்த வயசுலியே இம்மாம் நெளிவு எடுக்க ஆரம்பிச்சிட்டா'

'இருந்தாலும் மாமா மாதிரி ஆக முடியுமா?'

பக்கிரி இவனை ஒரு சுற்றுச் சுற்றி வந்தார்.

'மாப்பிள, உன் சாமர்த்தியத்துக்கு எங்கயும் பொழச்சுக்குவெ'

முருகேசன் எரிச்சலுடன் வேகமாகத் திரும்பினான். வார்த்தை யேதும் ஆடாமல் வாளை உருவி மார்பில் சாய்த்துக் கொண்டு மணலில் சுவடு பதிய நடந்தான். இவன் செல்வதை ஒருவிதமான ஏளனத்துடனும் புன்சிரிப்புடனும் பார்த்துக்கொண்டு நின்றார் பக்கிரி. இவன் கொஞ்ச தூரம் சென்றதும் வேட்டியைக் கழுத்தில் சுற்றிக்கொண்டு அவன் விட்டுச் செல்லும் சுவட்டில் வெகு கவனமாகக் கால் பதித்துச் சென்றார்.

தக்கையின் மீது நான்கு கண்கள்

'போடா போ' என்று கீழே குனிந்து கிளிஞ்சலை எடுத்து வீசினார். அது இவன்மேல் படாமல் மணலில் விழுந்தது. இப்படி விழுந்ததில் களிப்புற்றவர் போலத் தலையை ஆட்டினார்.

இம்மாதிரியான வறண்ட ஒரு கோடையில் மாலைப் பொழுதொன்றில் காவிரிக் கரையில் முருகேசன் வந்து சேர்ந்தது இவர் நினைவுக்கு வந்தது. அவன் வெகு தூரத்திலிருந்து நடந்து வருவதுபோலக் களைப்புடன் வந்தான். அவனைப் பார்த்ததுமே லேசான பிடிமானம் விழுந்தது. அவனுடைய பெரிய தலை, ஒழுங்காகக் கத்தரித்து விடப்பட்ட கிராப்பு, சிறிய மீசை. மார்பு கொள்ளாமல் படர்ந்திருக்கும் மயிர்.

'ஆம்பளைன்னா இப்படித்தான் இருக்கணும்' என்று தன்னுள்ளே சொல்லிக்கொண்டு அவன் தோள் மீது கை வைத்துத் தன்னோடு அணைத்துக் கொண்டார். அவனைப் பற்றி விசாரித்தறிய வேண்டும் என்ற நினைப்பே இவருக்குத் தோன்றவில்லை. அவனுடைய தோற்றமும் தோரணையும் தன்னோடு சரியாக நின்று வாளிழுக்க இவனே தகுதியானவன் என்ற எண்ணத்தை இவருக்குத் தந்தது. தன்னுடைய தேர்வு சரியானது என்ற திருப்தி ஏற்பட்ட போதும், அவன் நடவடிக்கைகள் மகிழ்ச்சி தந்தபோதும், பக்கிரி தன்னைத்தானே ரொம்பவும் வியந்து மூன்றாம் மனுஷனைப் பாராட்டுவதுபோல வாய்விட்டுப் பாராட்டிக் கொள்வார்.

'முருகேசு'

வாளைக் கொட்டகையின் முன்னே சாற்றிவிட்டு, வெள்ளை நாயைத் தட்டித் தடவிக்கொண்டிருந்தவன் லேசாகத் திரும்பினான்.

'ஏன் தம்பி, குளிக்கப் போறீயா?'

'ஆமாங்க மாமா'

'குளிச்சுட்டு சுருக்கா வா. ஒரு விசயம் பேசணும்'

'சரிங்க'

அவன் துண்டை எடுத்து உதறி, காது மறைய முண்டாசு கட்டிக் கொண்டு சீட்டியடித்தவாறு, இறக்கத்தில் இறங்கிக் குளிக்கச் சென்றான்.

அவன் பார்வையிலிருந்து மறையும் வரையில் அப்படியே நின்றுகொண்டிருந்த பக்கிரி நடந்து சென்று எதிரே கிடந்த மரத்துண்டில் கால்களைத் தொங்கப்போட்டு உட்கார்ந்து, 'எலே, தங்கராசு, செத்த வெத்தல எடுத்தாடா' என்றார்.

சா. கந்தசாமி

தங்கராசு ஓலையிலான வெற்றிலைப் பெட்டியை முன்னே வைத்தான். ஒரு கொட்டைப் பாக்கை எடுத்து, பாக்கு வெட்டியில் நறுக்கியவாறு 'எலே, என்ன கொளம்பு' என்றார்.

'கொக்குங்க தாத்தா'

'கொக்கா, ஏதுடாலே' பாக்கு வெட்டியிலிருந்து பாக்கு நழுவியது.

'நம்ப கண்ணியில உழுந்துச்சுங்க தாத்தா'

'உன் கண்ணியிலியா'

அவன் கண்கள் விரிய கைகளைப் பரப்பி 'ரெண்டு உழுந்துச்சுங்க தாத்தா, எடுக்கப் போரச்ச ஒண்ணு கண்ணியை அறுத்துக்கிட்டுப் போயிடுச்சுங்க'

'இங்க வாடாலே'

பக்கிரி அவன் தோள்மீது கைபோட்டுக் கொண்டார்.

'தேவல, உனக்கு ஒண்ணு அம்புட்டுச்சு. நான் உன்னாட்டம் இருக்கச்ச மூணு கண்ணி போட்டேன். மூணுத்தியும் கொக்கு அடிச்சுக்கிட்டுப் போயிடுச்சு'

கை கொட்டிப் பெரிதாகச் சிரித்தார். சிரிப்பில் எச்சில் இவன் முகத்தில் தெரித்தது. புறங்கையால் துடைத்து இவர் பக்கம் திரும்பி ஆச்சரியத்தோடு, 'நிஜமாவா தாத்தா' என்று கேட்டான்.

இவனைத் தொடை இடுக்கில் அணைத்து, 'நிஜமாத்தான்' என்று இன்னும் கால்களைக் குறுக்கினார். இவன் வியப்புற்று நம்ப மறுப்பதுபோல் பேச்சு ஏதுமின்றி அவரையே பார்த்துக் கொண்டிருந்தான்.

இவர் குனிந்து அவன் கன்னத்தில் முத்தமிட்டார். இவன் குறுஞ்சிரிப்புடன் அவர் மார்பில் மோதி எச்சிலைத் துடைத்துக் கொண்டான்.

'எலே, ஒரு சுருட்டுக் கொண்டா'

இவன் நொண்டியடித்தபடிச் சென்றான். நாய், எங்கிருந்தோ ஒரு எலும்பைத் தூக்கிக்கொண்டு ஓடிவந்தது. இவன் வெறும் கையால் அதை விரட்டிவிட்டுக் குடிசைக்குள் சென்று சுருட்டை எடுத்துவந்து தந்தான்.

பக்கிரி சுருட்டைக் கையால் உருட்டிக்கொண்டு பார்வையைத் திருப்பினார். மாலைப்பொழுது அடங்க, மையிருள் கவிழ்ந்து

கொண்டிருந்தது. சீரான காற்று. காற்று அடங்குகிறது என்று நினைத்துக் கொண்டார்.

துண்டையெடுத்து நன்றாக முறுக்கி முண்டாசு கட்டி மீசையைத் திருகிச் சீட்டியடித்துத் தொடையில் தாளம் போட்டுக் கொண்டு திரும்புகையில் முருகேசன் வேட்டியும் சட்டையுமாக வந்தான்.

பக்கிரி அவனை ஆழ்ந்து நோக்கினார்.

அவன் ஊர் நோக்கிச் செல்லும் பாதையில் நடக்க ஆரம்பித்தான். மிகவும் சோகமான புன்சிரிப்பு இவரிடமிருந்து வெளிப்பட்டது.

'எங்க மாப்ள பயணம்'

குழைவுடன் இவர் குரல் ஒலித்தது.

முருகேசன் தலையை உயர்த்தி இவரைப் பார்த்தான். சட்டையைக் கீழே இழுத்து விட்டுக் கொண்டான். வலது பக்க முடியை ஒரு பக்கமாகக் கை தள்ளியது.

'சும்மாங்க மாமா. வைத்தீஸ்வரன் கோயிலு வரைக்கும்'

'வைத்தீஸ்வரன் கோயிலுக்கா' எரிச்சல் உற்றவர்போல இவனைப் பார்த்தார். தலையை மேலும் கீழுமாகச் சிலுப்பி, குத்த வைத்திருந்த ஒரு காலைக் கீழே தொங்கப் போட்டுக்கொண்டு, 'இங்க செத்த வா' என்றார்.

இவனுக்குக் கமலத்தின் நினைவு வந்தது. நான்கு நாட்களாகப் பயணப்பட்டு, தவறிப் போய்க்கொண்டே வந்தது. இன்றும் தவறிவிடுமா? தான் உண்மையைச் சொல்லி இருக்கக் கூடாதோ என்று நினைத்துக் கொண்டு கொண்டு இவர் பக்கமாக வந்தான்.

'இப்படி மரத்துல குந்து'

இவன் அவருக்கு நேர் எதிரே மாமரத்தில் இரண்டு கால்களையும் தொங்கப்போட்டு உட்கார்ந்தான்.

'என்ன, வைத்தனாங்கோயில்ல' இவர் ஏளனமாகச் சிரிப்பதை இவன் மிகவும் எரிச்சலுடன் கண்டு கொண்டான்.

'ஒண்ணுமில்ல –'

'வைத்தனாங்கோயில்லீயா?'

இவன் தலையசைத்தான். கிழத்துக்கு எல்லாம் தெரிகிறது என்று தன்னுள்ளே சொல்லிக்கொண்டான்.

சா. கந்தசாமி

பக்கிரி சுருட்டைக் கையில் எடுத்துப் புகையை இவன் மூஞ்சிக்கு நேரே ஊதி உடல் குலுங்கக் குலுங்க நகைத்தார். மரம் அறுக்கும் வாளால் கபடம் நிறைந்த இவர் கழுத்தை மெல்ல மெல்ல அறுக்க வேண்டும் என்று இவனுக்குத் தோன்றியது. வலது காலைத் தூக்கி மரத்தின் மேல் வைத்து, இடது காலைத் தொங்க விட்டுக்கொண்டு கொஞ்சம் பின்னுக்கு நகர்ந்து உட்கார்ந்து, 'தங்கராசு, கள்ளெ இங்கக் கொண்டா' என்றார் பக்கிரி.

மரத்துண்டின்மேல் அவன் வெகு கவனத்தோடு கள்ளையும், கறியையும் கொண்டு வந்து வைத்தான். கள்ளிலிருந்து திடீரென்று மொச்சை நெடி கிளம்பியது. பக்கிரி ஒருமுறை சுருட்டை நன்றாகத் தம் இழுத்து, நெருப்பை மரத்துண்டில் உதிர்த்து, 'எலே, நீ சாப்பிட்டாச்சா' என்றார்.

'சாப்பிடணும்'

'போய் நெறையத் தின்னு –' அவனைப் பார்த்துப் பல்லெல்லாம் வெளியில் தெரியும்படியாகச் சிரித்தார். அவனோ பொங்கி வரும் சிரிப்பைக் கைகளால் மறைத்தவாறு நிலவொளியில் நொண்டியடித்துக் கொண்டு தன் நிழலைப் பிடிக்கத் தாவித் தாவிச் சென்றான்.

பக்கிரி கள் சட்டியை எடுத்து எதிரே வைத்துக் கொண்டார். கள்ளின் மேலிருந்த பன்னாடையைக் கவனத்தோடு உதறி ஒருபக்கமாக வைத்து விட்டுக் கள் சட்டியைத் தூக்கிக் கண்களின் அருகே கொண்டு வந்து பார்த்தார். ஈயா, பெரும் எறும்பா என்று தீர்மானிக்க முடியாத நிலையில் என்னவோ மிதப்பது தெரிந்தது. பன்னாடையை எடுத்து, இரண்டாக மடித்துக் கள்ளினுள் அமிழ்த்தி மேலே தூக்கினார். பன்னாடை தூசிகளையும் பூச்சிக்களையும் அரித்துக் கொண்டு வந்தது. அதை ஒரு பக்கமாக வீசிப் போட்டுவிட்டு முருகேசனைப் பார்த்து, 'மாப்ள, பூச்சிப் பொட்டெல்லாம் கள்ள ஒண்ணும் பண்ணாது' என்றார். அவன் அதை ஏற்றுக் கொள்வது மாதிரி தலையசைத்தான்.

'இப்படி வந்து பக்கத்துல குந்து மாப்ள'

இவர் கொக்குக் கறி குழம்புச் சட்டியை எடுத்து நடுவில் வைத்து ஒரு கிண்ணியில் கள் ஊற்றி அவன் பக்கம் நீட்டினார். பவ்யமாகக் குனிந்து அதை வாங்கிக்கொண்டு இவர் பக்கம் நெருங்கியமர்ந்தான்.

'குடி மாப்ள'

இவர் தண்ணீர் குடிப்பது மாதிரி கிண்ணியின் விளிம்பில் உதடுகளைக் குவித்துக் கள்ளை உறிஞ்சிக் குடித்தார். இவனும் ஒரு

மிடறு குடித்தான். இவன் மனம் கமலத்தை இன்று காண முடியாது போனது பற்றி வருந்திக்கொண்டிருந்தது. இரண்டு நாட்கள் சென்று வீணில் திரும்பினான். இன்று கட்டாயம் வரச்சொல்லி இருந்தாள். உவப்பாகக் கழிய வேண்டிய இரவு வெறும் குடியில் ஒரு கிழத்துடன் முடிவதில் இவன் எரிச்சலுற்றான். கிண்ணியை ஒரு கையிலிருந்து இன்னொரு கைக்கு மாற்றிக்கொண்டான்.

'ஆச்சா' இன்னொரு கிண்ணி நிரப்பிக்கொண்டே கேட்டார்.

'கொஞ்சம் இருக்கு'

'ஒரு கிண்ணிக்கு இம்மா நேரமா'

கிண்ணியைக் கையில் எடுத்துக் கொண்டு மரத்திலிருந்து கீழே இறங்கித் தரையில் நின்று வானத்தை நிமிர்ந்து பார்த்து,

கையில கள்ளிருக்கு
வானத்துல நெலவுருக்கு
சட்டியிலே கறியிருக்கு
– குட்டிக்
கொக்குக் கறியிருக்கு

என்று ராகம் இழுத்துப் பாடியபடி குடித்துக்கொண்டு இவனைப் பார்த்துச் சிரித்தார். கிழம் ரொம்பவும் விசித்திரமானதுதான் என்று தனக்குத்தானே சொல்லிக்கொண்டான்.

'கள்ளு எப்படி மாப்ள'

இவனுடைய பெருந்தொடையில் தட்டினார்.

'அமிர்தங்க மாமா'

'தென்பாதி கள்ளுக்குத் தனி ருசி'

ஒரு காலைத் தரையில் நன்றாகப் பதித்துக்கொண்டு ஒரு சுற்றுச் சுற்றினார். இன்றிரவு வேடிக்கையாகக் கழியுமென்று இவனுக்குத் தோன்றியது. அவசரம் ஏதுமில்லாமல் நிதானமாகக் கள்ளைப் பருகிவிட்டுக் கிண்ணியைக் கீழே வைத்தான்.

கள்ளுக்குக் கறி கொண்டாட்டம்
கறிக்குக் கள்ளு கொண்டாட்டம்
ராமு மவன் பக்கிரிக்கு ரெண்டுங் கொண்டாட்டம்
ரெண்டுங் கொண்டாட்டம்

கையைத் தரையில் ஊன்றிக் குனிந்து குட்டிக்கரணம் போட்டார். முருகேசன் மரத்தில் நன்றாகச் சாய்ந்து கண்களை மூடிக் கொண்டான்.

நாய் இவன் தலைக்கருகில் வந்து குரைத்தது. இவன் படுத்தபடியே ஒரு கல்லையெடுத்துப் போட்டான். நாய்

பின்வாங்கிக் குரைத்துக்கொண்டே சென்றது. அதன் குரல் அமுங்கி அடங்கியது.

தங்கராசு எழுந்து வந்து, 'கருப்பா இங்க வா' என்று நாயை அழைத்துச் சென்றான்.

பக்கிரி மரத்தில் ஏறி உட்கார்ந்து இன்னொரு கிண்ணி ஊற்றிக் கொண்டார். மீசையைத் திருகிக்கொண்டு யோசிக்கையில் குடிப்பது சுகமாகவே இருப்பதாகத் தோன்றியது. நிலவொளியில் பேசிக் கொண்டு – பாடிக் கொண்டு – ஆடிக் கொண்டு குடிப்பது நேர்த்தியான செயலாகப் பட்டது.

ஒருநாள் குடித்து விட்டு, சின்ன சண்டையொன்று போட்டது தெளிவில்லாமல் நினைவுக்கு வந்தது. அதுவும் இது போலவே நிலவொளியில் நடந்திருக்கலாம்.

அப்போது தனக்கு இருபது இருபத்தோறு வயது இருக்குமா? மீசை லேசாக அரும்பி வந்தது. உதடுகளுக்கு மேல் வளரும் மயிரை விரல்கள் அடிக்கடி வருடிய காலம் அது. ஏதோ ஒரு காரியமாக வடகரைக்குப் போய்விட்டு இரவில் திரும்ப வேண்டியிருந்தது. கூட ராமு வந்தான். மொடாக் குடியன். நிறையக் குடித்துக்கொண்டே இருப்பான். அவன்தான் கள் வாங்கிக் கொடுத்தான். குடிக்கக் குடிக்க இன்னும் ஊற்றினான். பட்டாளத்துக்காரன். நிதானம் இழக்காமல் பேசிக்கொண்டே குடித்தான். அவனை மிஞ்ச வேண்டுமென்று ஒரு எண்ணம் திடீரென்று தோன்றியது பக்கிரிக்கு.

'மாப்ள போதும்'

கிண்ணியைக் கீழே வைத்தான் ராமு.

'நீங்க'

'நான் இன்னும் ரெண்டு போடுவேன்'

'நானுந்தான்'

அவன் விசித்திரமாகப் பார்த்தான்.

'அப்பப் போடு'

மேலும் இரண்டு கிண்ணி இறங்கியது.

ராமு மேல் கை வைத்து, 'பக்கிரி, ராவு இருந்துட்டுக் காலயில போவோம்'

'நான் நடப்பேன்'

அவன் எழுந்தான். நடக்க நடக்க வேகம் கூடியது. இரண்டு மைல் தூரம் வந்ததும் கால் தரையில் பாவாமல் துவளுவது போலத்

தக்கையின் மீது நான்கு கண்கள்

தோன்றியது. ராமு மரத்தடியில் சாய்ந்து உட்கார்ந்துகொண்டு முண்டாசை அவிழ்த்து இறுக்கிக் கட்டிக் கொண்டான். கொஞ்சம் திரும்பி, 'குந்து பக்கிரி' என்று கையைப் பிடித்திழுத்து உட்கார வைத்தான்.

பக்கிரியின் மனம் திடீரென்று முரண்டு பிடிக்க ஆரம்பித்தது. அவர் கையை உதறினார்.

'அட குந்து மாப்பள' பக்கிரியின் சிவப்புப் பட்டுத் துண்டைப் பிடுங்கி உதறிவிட்டுவிட்டுப் பெரிதாகச் சிரித்தான் ராமு.

பக்கிரி அவன் பக்கம் திரும்பிப் பார்த்தார். என்ன சொல்வது என்று தெரியவில்லை. 'இவனும் என்னைப் போலவே நிறையக் குடித்திருக்கிறான். வெறி இருக்கிறது. ஆனால் இன்னும் நிதானம் இழக்கவில்லை. நிதானம் இழந்து வருகிறான் போலும். இவன் அழைப்புக்கு என்ன பதில். குடியில் தன்னை இழந்து நிற்கிறானா. இல்லை பட்டாளத்துக்காரன் என்கிற ஹோதாவில் சண்டைக்கு அழைக்கிறானா'

தீர்மானிக்க இயலாத நிலையில் அவனையே பார்த்தார். மணலில் நீண்டு கிடந்த பட்டுத் துண்டைக் காலால் எட்டித் தள்ளினான் ராமு. பக்கிரி அவசரமே இல்லாதவர் போல ஓரடி முன்னே எடுத்து வைத்து, 'எங்க, இன்னொரு வாட்டித் தள்ளு' என்றார்.

'மாட்டனா?'

'தள்ளேன், பார்ப்போம்'

இடது காலால் துண்டை மணலில் ஒரு அறக்கு அறக்கினான் ராமு. இவர் மயிர்க் கால்கள் குத்திட்டன. இரண்டடி நகர்ந்து, திடீரென்று அவன் வயிற்றில் தலையை முட்டித் தரையில் தள்ளினார்.

அவன் கைகளையும் கால்களையும் உதறிக்கொண்டு பெரிதாகக் கத்தியபடி மணலில் விழுந்தான். கண்களைத் திறந்து பார்க்கையில் அவர் கால் மார்பில் ஏறியிருந்தது. பலத்தையும் தைரியத்தையும் இழந்தவன்போல, கண்கள் சொருகிக் கொண்டுப் போக இவரைப் பார்த்தான். நான்கு கண்களும் ஒரு நேர்க்கோட்டில் நின்றன.

'என்ன மாப்ள, தமாஷ் பண்ணினா நிஜமாகவே சண்டைக்கு வந்துட்டடீயே'

கால் மார்பிலிருந்து தரையில் இறங்கியது.

ராமு கஷ்டத்துடன் புரண்டு, மணலில் கையூன்றி எழுந்தான். துண்டையெடுத்து உதறி பக்கிரியின் தோளில் போட்டு, 'நம்ப மாப்பளகிட்ட ஒருத்தன் எதிரே நிக்க முடியுமா?' என்று கேட்டான்.

தனக்கு இன்னும் நல்ல ஞாபக சக்தி இருக்கிறதே என்று பக்கிரி வியந்துகொண்டார்.

முருகேசன் காலியாக இருந்த இவர் கிண்ணியில் கள் ஊற்றி நிரப்பினான். கொக்குக் கறியைப் பல்லில் வைத்துக் கடித்து இழுத்தார். எலும்பு பல்லில் பிடிபடாமல் நழுவியது. அதைத் தூக்கி எறிந்துவிட்டுக் கிண்ணியை எடுத்துக் கொண்டுபோய் மணலில் உட்கார்ந்தார்.

'தம்பி இப்படி வா'

முருகேசன் இவர் பக்கத்தில் சம்மணங்கட்டி உட்கார்ந்து கொண்டான். இவர் இவன் தொடையில் தட்டிப் பெரிதாகச் சிரித்தார். இவன் பீடியைப் பற்றவைத்துப் புகையை வேகமாக ஊதியபடி வானத்தை நிமிர்ந்து பார்த்தான். நிலவு அலுமினியத் தட்டுபோல பறந்து செல்வதாகத் தோன்றியது.

'இந்தக் கள்ளுக்கே இங்க தங்கிடலாம் மாப்ள'

இவன் சிரித்தான்.

பக்கிரி மணலில் கால்களை நன்றாக நீட்டிக்கொண்டார்.

பக்கிரி கடைசிச் சொட்டுக் கள்ளை உறிஞ்சிக் குடித்துவிட்டுக் கிண்ணியைக் கீழே வைத்தார்.

வெள்ளை நாய் இவர்களைச் சுற்றி வந்தது.

முருகேசன் கையில் ஒட்டியிருந்த மணலைத் தட்டிக்கொண்டு எழுந்தான்.

'என்ன மாப்ள கிளம்பிட்டே'

காலுக்குக் கீழே இருந்த கிண்ணியை எட்டி உதைத்தார்.

'ரொம்ப தண்ணீங்க மாமா'

'இது என்ன தண்ணி, இன்னும் ரெண்டு கிண்ணி போடுவேன்'

'நீங்க போடுவீங்க'

'ஏன்? உன்னால முடியாதா'

இவர் இவன் பக்கமாக வந்து தோள் மீது கை வைத்தார். இவன் கால்களைத் தரையில் அழுத்தி விசித்திரமாக இவரை நோட்டமிட்டான். இவர் கை தோளிலிருந்து உயர்ந்து இவன்

தக்கையின் மீது நான்கு கண்கள்

முண்டாசைப் பற்றி இழுத்துப் பறக்கவிட்டது. காற்றில் துவண்டு செல்லும் முண்டாசைப் பார்த்து ஆனந்தத்தோடு கைகொட்டி மேலே எழும்பிக் குதித்தார். கீழே விழுந்த துண்டை நாய் கவ்வி இழுத்துச் சென்றது. நாயைப் பிடிக்க தங்கராசு எழுந்தான்.

பக்கிரி இவனுக்கு முன்னே வந்து நின்று, 'மாப்ள, ஒரு கை பாக்கலாமா' என்றார்.

இவன் பதிலேதும் சொல்லவில்லை.

'என்ன சொல்லுற'

'நாளைக்கு வச்சுக்கலாம்'

'இன்னக்கி என்ன?'

'வேணாம்'

'பயமா இருக்கா'

சிறிது நகர்ந்து பக்கிரி திடீரென்று குனிந்து மணலை அள்ளி இவன் மூஞ்சியில் வீசினார். இவன் முகத்தைக் கைகளால் மூடிக்கொண்டான்.

'மாப்ளைக்கு ரோசம் கம்மிதான்'

இவன் இவரை எரிச்சலுடன் பார்த்துக்கொண்டிருந்தான். பக்கிரி கையை ஆட்டியபடி முன்னேறி வந்தார். இவன் பேசாமல் இருப்பது இவருக்குத் தெம்பளித்தது.

'ஓடம்புல என்னதான் ஓடுது'

'என்ன ஓடுதா' இவன் திடீரென்று பக்கிரி நெஞ்சில் அறைந்தான். இவர் பலமாகக் கத்திக்கொண்டு மணலில் விழுந்தார். புட்டத்தில் உதைத்துப் புரட்டித் தள்ளினான். வாய் கோணிக் கோணி இழுக்கப் பேச்சு இல்லாமல் துவண்டு கிடந்தார். இவன் இவரையே பார்த்தபடியிருந்தான். கொஞ்சம் முன்னே வந்த தங்கராசு பயந்தவன்போல நின்றுவிட்டான்.

நாய் குரைத்து இவன்மேல் பாய்ந்தது. கையையும் காலையும் வீசி அதைத் துரத்தினான். நாய் பின்வாங்கியது. ஒரு கல்லையெடுத்துக் கொண்டு பெரிதாகக் கத்தி நாயைத் தொடர்ந்து சென்றான் முருகேசு.

அவன் கொஞ்ச தூரம் சென்றதும் – தங்கராசு பக்கிரி பக்கமாகச் சென்றான். பக்கிரி ஒருக்களித்துக் கிடந்தார். தலைமாட்டில் மண்டியிட்டு உட்கார்ந்து தலையைத் தூக்கி முகத்தில் படிந்திருந்த மணலைத் துடைத்தான்.

நாயின் குரல் வெகு தூரத்தில் கேட்டது. தங்கராசு திரும்பிப் பார்த்தான்; நாயோ முருகேசனோ தென்படவில்லை. குனிந்து, 'தாத்தா' என்றான். இரண்டு மூன்று முறைகள் கூப்பிட்ட பிறகு பக்கிரி லேசாகக் கண்விழித்தார். சுற்று முற்றும் பார்த்தபடி புறங்கையால் வாயிலிருந்து வழிந்த எச்சிலைத் துடைத்துக் கொண்டு எழுந்தார். இவனும் கூடவே எழுந்தான்.

மேகங்கள் அகல, நிலவு தென்படத் தொடங்கியது.

'எங்க அவன்'

தங்கராசு கொஞ்சம் தயங்கி 'இப்படி' என்று கையை நீட்டினான்.

பக்கிரியின் குரல் திடீரென்று உயர்ந்தது. 'பய உதைக்குப் பயந்து ஓடிட்டானா?'

தங்கராசு பக்கிரியைப் பார்த்தபடியே இருந்தான்.

'நம்ப கிட்ட இவனெல்லாம் நிக்க முடியுமா. இவன மாதிரி எத்தன பேரப் பாத்திருக்கேன் நான் –'

தங்கராசு பெரிதாகத் தலையசைத்தான்.

●

காலச்சுவடு பப்ளிகேஷன்ஸ் (பி) லிட்.
Published by Kalachuvadu Publications (Pvt. Ltd.),
669, K.P. Road, Nagercoil 629001, India
Phone: 91-4652-278525
e-mail: publications@kalachuvadu.com

12/2022/S.No.1118, kcp 3896, 18.6 (1) 9ss